இந்திய ஸூஃபிகள் வரிசை

யாஸீன் மௌலானா நாயகம்

நாகூர் ரூமி

'அடுத்த விநாடி' என்ற நூலின் மூலம் லட்சக்கணக்கான வாசகர்களைப் பெற்ற நாகூர் ரூமியின் இயற்பெயர் ஏ.எஸ். முகம்மது ரஃபி. ஆம்பூரில் மஸ்ஹருல் உலூம் கல்லூரியின் ஆங்கிலத் துறைத்தலைவராகப் பணியாற்றியவர். மாணவர்களுக்காக எழுதிய 'ஜாலியா ஜெயிக்கலாம் வாங்க ஸ்டூடண்ட்ஸ்' என்ற நூல் பெரும் வரவேற்பைப் பெற்றது. ஹோமர் எழுதிய 'இலியட்' எனும் மாபெரும் கிரேக்க காவியத்தைத் தமிழில் மொழிபெயர்த்திருப்பவர். கம்பனையும் மில்டனையும் ஒப்பாய்வு செய்து டாக்டர் பட்டம் பெற்றவர்.

இந்திய ஸூஃபிகள் வரிசை

1. நிஜாமுத்தீன் அவ்லியா
2. குணங்குடி மஸ்தான் சாஹிப்
3. தாஜுத்தீன் பாபா
4. யாஸீன் மௌலானா நாயகம்

இந்திய சூஃபிகள் வரிசை

யாஸீன் மௌலானா நாயகம்

நாகூர் ரூமி

கிழக்கு

யாஸீன் மௌலானா நாயகம் : இந்திய சூஃபிகள் வரிசை
Yaseen Maulana Nayagam : Indiya Sufigal Varisai
Nagore Rumi ©

First Edition: June 2022
104 Pages
Printed in India.

ISBN: 978-93-90958-47-4
Kizhakku - 1267

Kizhakku Pathippagam
177/103, First Floor, Ambal's Building, Lloyds Road,
Royapettah, Chennai - 600 014. Ph: +91-44-4200-9603
Email : support@nhm.in   Website : www.nhm.in

◼ kizhakkupathippagam   ◨ kizhakku_nhm

Author's Email: ruminagore@gmail.com

All *illustrations, photos and images are for informational purposes only and are copyrighted by their respective owners.*

Kizhakku Pathippagam is an imprint of New Horizon Media Private Limited

The views and opinions expressed in this book are the author's own and the facts are as reported by the author, and the publishers are not in any way liable for the same.

All rights reserved. No part of this publication may be reproduced, stored in a retrieval system, or transmitted, in any form or by any means, electronic, mechanical, photocopying, recording or otherwise, without the prior permission of the publishers.

சமர்ப்பணம்

சங்கைக்குரிய
யாஸீன் மௌலானா நாயகம் அவர்களின்
மகனாரும் வாழும் இறைநேசருமான
எங்கள் மதிப்புக்கும் மரியாதைக்குமுரிய,
'வாப்பா நாயகம்' என்று எங்களால் அழைக்கப்படும்
அஸ்ஸய்யித் கலீல் அவ்ன் மௌலானா நாயகம்
அல் ஹஸனிய்யுல் ஹுஸைனிய்யுல் ஹாஷிமிய்
அவர்களுக்கு.

பொருளடக்கம்

	திருமுல்லைவாசல் ஓர் அறிமுகம்	... 9
1.	ஜமாலிய்யா மௌலானா நாயகம்	... 13
2.	தமிழ்நாடும் மார்க்கக்கல்வியும்	... 18
3.	மேலப்பாளையம் மத்ரஸாவில்	... 23
4.	சென்னை, லாகூர், தேவ்பந்த்	... 35
5.	திருமணங்கள்	... 43
6.	ஆக்கங்கள்	... 48
7.	அற்புதங்கள்	... 68
8.	மறைவு	... 90
9.	யாஸீன் மௌலானா நாயகத்தின் வாழ்க்கைக் குறிப்பு	... 96
10.	பொன்மொழிகளும் உபதேசங்களும்	... 98
11.	நபிகள் நாயகம் அவர்களின் குடும்பக்கிளை வரிசை	... 101
	உதவிய நூல்கள்	... 103

திருமுல்லைவாசல் ஓர் அறிமுகம்

திருமுல்லைவாசலில் அடங்கியிருக்கும் யாஸீன் மௌலானா நாயகத்தின் வாழ்க்கை வரலாற்றை நாம் சீர்காழியிலிருந்து துவங்கிக்கொள்வதே பொருத்தமானதாகும். சீர்காழி என்றதும் நமக்கு திரைப்படப்பாடகர், கணீர்க்குரலோன் சீர்காழி கோவிந்தராஜன் நினைவுக்கு வரலாம். ஆனால் சீர்காழிக்கும் ஆன்மிகத்துக்கும் நெருங்கிய தொடர்புண்டு.

அறுபத்துமூன்று நாயன்மார்களில் ஒருவரும் மிகமுக்கிய மானவருமான திருஞானசம்பந்தர் பிறந்த ஊர் சீர்காழி. மூன்று வயதாக இருக்கும்போதே இவருக்கு உமாதேவி திருமுலைப்பால் கொடுத்தாகவும், வாயில் பால் வழிந்துகொண்டிருந்த குழந்தையிடம், 'யார் பால்கொடுத்தது' என்று தந்தை கேட்டதற்கு 'தோடுடைய செவியன்' என்று குழந்தை திருஞானசம்பந்தர் திருப்பதிகம் பாடியதாகவும் அவர் வரலாறு கூறுகிறது.

வேறு வார்த்தைகளில் சொன்னால், சமயங்களோடும் அற்புதங்களோடும் தொடர்புகொண்டது சீர்காழி. சீர்காழியில் இருந்து கிட்டத்தட்ட பதிமூன்று கிலோமீட்டர்கள் உள்ளே சென்றால் முஸ்லிம்கள் அதிகமாக வாழ்கின்ற திருமுல்லை வாசல் என்ற சின்ன ஊர் வரும். அங்கேதான் யாஸீன் மௌலானா நாயகம் அவர்களின் தர்கா உள்ளது.

ஓர் ஆன்மிக அரசரின் உறைவிடமாக அது உள்ளது. நபிகள் நாயகமவர்களின் குடும்பத்தில் 33-வது பரம்பரைத்தொடரில் உதித்த யாஸீன் மௌலானா நாயகம் திருமணம் செய்ததும், அவ்வப்போது வந்து வாழ்ந்ததும், இறுதியாக உடலால் மறைந்து வாழ்வதும் திருமுல்லைவாசலில்தான்.

சென்னை ஆவடிக்கு அருகிலுள்ள திருமுல்லைவாயிலை இந்தத் திருமுல்லைவாசலோடு குழப்பிக்கொள்பவர்கள் உண்டு. அது வேறு, இது வேறு. நான் எழுதிக்கொண்டிருப்பது சீர்காழிக்கு அருகில் உள்ளே உள்ள திருமுல்லைவாசல் என்ற சிற்றூரைப் பற்றி. சென்னை ஆவடியை அடுத்திருக்கும் திருமுல்லை வாயிலைப்பற்றியல்ல.

ஒரு மனிதர் முக்கியமா, ஒரு ஊர் முக்கியமா என்றால் தடாலடியாக இதுதான் முக்கியம், அதுதான் முக்கியம் என்று சொல்லிவிட முடியாது. சில ஊர்களுக்கென்று சில சிறப்புகள் இருக்கும். அதேபோல சில மனிதர்களால் சில ஊர்களுக்கு சிறப்பு ஏற்படும்.

அஜ்மீருக்கு சிறப்பு மகான் க்வாஜா முயீனுத்தீன் சிஷ்தி அவர்களால். நாகூருக்கு சிறப்பு நாகூர் நாயகம் காதிர் வலீ அவர்களால். ஷிர்டிக்கு சிறப்பு சாய்பாபாவால். இப்படியும் பார்க்கலாம்.

டெல்லி என்று சொன்னால் அங்கே ஞானிகளும் உள்ளார்கள். ஆனால் அவர்களால் மட்டும்தான் டெல்லிக்கு சிறப்பு என்று சொல்லிவிட முடியாது. இந்தியாவின் தலைநகரம் அது. பாண்டவர்களின் இந்திரப்பிரஸ்தம் அதுதான் என்று வரலாற்றாய்வாளர்கள் சொல்கிறார்கள். முகலாய மன்னர்கள் ஆண்ட தலைநகரமும் அதுதான். குதுப்மினார், செங்கோட்டை போன்ற வரலாற்று முக்கியத்துவம் வாய்ந்த இடங்கள் அங்குண்டு. இப்படியாக இடத்தைப் பொறுத்து ஒவ்வொரு ஊரின் சிறப்புக்குமான காரணங்கள் மாறிக்கொண்டே இருக்கும்.

திருமுல்லைவாசலில் ஒரு கடற்கரை இருந்தது. அதற்கு முன் ஒரு ஆறு இருந்தது. படகில் அந்த ஆற்றைக் கடந்துதான் அந்த வித்தியாசமான கடற்கரைக்குச் செல்லமுடியும். அது ஒரு புதிய இனிய அனுபவம். அங்கே இருந்த மணல் மேடுகளில் பச்சைப்பசேலென்று செடிகொடிகள் பூத்திருக்கும் அழகாக.

‘ஒருதலை ராகம்’ திரைப்படத்தின் ஒரு பாடல்காட்சிகூட அங்கே எடுக்கப்பட்டது.

ஆனால் இப்போது அந்த ஆறு இல்லை. கொஞ்சம் தூரமாகப் போய், அருகில் இருக்கும் கூழையாறு என்ற மீனவ கிராமத்துக்குச் சென்றுதான் கடற்கரைக்குப்போகமுடியும் இப்போது. ஆனால் இப்போதும் அது அழகு குலையாமல்தான் உள்ளது. இது வேறு மாதிரியான அழகு.

திருமுல்லைவாசலின் முக்கியமான சிறப்பு அங்கே அடங்கியிருக்கும் மகான் யாஸீன் மௌலானா நாயகம் அவர்கள்தான், அதாவது, அவர்களின் அடக்கஸ்தலமான தர்காதான் என்று சொன்னால் அது மிகையே அல்ல. ஆண்டுதோறும் கந்தூரி எனப்படும் அவர்களது வருடாந்திர விஷேஷத்துக்கு வரும் பக்தர்களின் கூட்டம் அதை நிரூபித்துக்கொண்டுள்ளது.

யாஸீன் மௌலானா நாயகம் அவர்களைப் பற்றிய சில முக்கியமான தகவல்களை எனக்குச் சொன்ன அவர்களின் மூத்த மருமகனார் சங்கைக்குரிய அஸ்ஸய்யித் மஸ்ஊது மௌலானா அல் ஹாதி அவர்களுக்கும், பல ஆண்டுகளின் ‘மறைஞானப்பேழை’ மாத இதழ்களை எனக்குக் கொடுத்து உதவிய, இந்த நூலை மிகக் கவனமாகவும் முழுமையாகவும் படித்து, ஆங்காங்கு தேவைப்படும் திருத்தங்களை எனக்குச் சொல்லிய அவர்களது மகனார் சின்ன மௌலானா என்றழைக்கப்படும் அஸ்ஸய்யித் யாஸீன் மௌலானா அல் ஹாதி அவர்களுக்கும், யாஸீன் மௌலானா நாயகம் நிகழ்த்திய அற்புதங்கள் பற்றிய தகவல்கள் எங்கெல்லாம் கிடைக்கலாம் என்பது பற்றி அவ்வப்போது எனக்குச் சொல்லி உதவிய ‘மறைஞானப்பேழை’ ஆசிரியர் சகோதரர் ஹுஸைன் மன்பயீ அவர்களுக்கும் என் நெஞ்சார்ந்த நன்றிகள்.

சில நாட்களுக்கு முன்பு யாஸீன் நாயகம் அவர்களின் மூத்த மருமகனார் சங்கைக்குரிய அஸ்ஸய்யித் மஸ்ஊது மௌலானா அல் ஹாதி அவர்கள் இறையடி சேர்ந்துவிட்டார்கள் என்பதையும் வருத்தத்துடன் தெரிவித்துக்கொள்கிறேன். அவர்களது மண்ணறை வாழ்வையும் மறுமை வாழ்வையும் இறைவன் ஒளிமயமானதாக ஆக்கியருள்வானாக, ஆமீன்.

வழக்கம்போல, இந்திய சூஃபிகள் வரிசையில் நான்காவது நூலான இதை அழகிய முறையில் வெளிக்கொண்டுவரும் கிழக்கு பதிப்பகத்துக்கும், நண்பர் பத்ரி அவர்களுக்கும், சகோதரி வைதேகி அவர்களுக்கும் என் நன்றிகள். சரி, யாஸீன் மௌலானா நாயகம் அவர்களின் வரலாற்றுக்குள் போகலாம் வாருங்கள்.

அன்புடன்
நாகூர் ரூமி
15.01.2022
சென்னை

1

ஜமாலிய்யா மௌலானா நாயகம்

யாஸீன் மௌலானா நாயகம் அவர்களைப் பற்றிப்பேசுமுன் அவர்களது பரம்பரையைப்பற்றியும் அவர்களது பெற்றோரைப் பற்றியும் கொஞ்சம் சொல்லிவிடவேண்டியது அவசியமாகிறது. யாஸீன் மௌலானா நாயகத்தின் தந்தையார் பெயர் ஜமாலிய்யா மௌலானா. ஈராக்கின் பாக்தாத் நகரில் 'பாபுஷ் ஷெய்க்' என்ற இடத்திலிருந்த 'பைத்துஷ் ஷுரபாஉ' என்ற வீட்டில் அவர்கள் பிறந்தார்கள். அவர்களுடைய தாயார் பெயர் ஸையிதா ஆபிதா. தந்தையார் பெயர் ஜமாலுத்தீன் மௌலானா.

சிறுவயதிலேயே அரபியையும், வேத நெறிமுறைகளையும், 'ஃபிக்ஹு' எனப்படும் இஸ்லாமிய சட்டக்கலையையும் கசடறக்கற்று, அதில் 'ஃபகீஹ்' என்று சொல்லப்படும் நிபுணராகவும் ஜமாலிய்யா மௌலானா விளங்கினார்கள். அதோடு அரபி மொழியில் கவிதை இயற்றக்கூடிய திறமை இயற்கையிலேயே அவர்களுக்கு அமைந்திருந்தது. அரபி மொழிப்புலமை என்ற அந்த ரத்தசொத்து, மகனார் யாஸீன் மௌலானா நாயகத்துக்கும் அவர்களது மகனார், வாழ்ந்துகொண்டிருக்கும் ஞானியான 'வாப்பா நாயகம்' என்று அறியப்படும் அவர்களது புனித மகனாருக்கும் நிறைவாகச் சென்றது.

ஜமாலிய்யா மௌலானா அவர்கள் பல ஆன்மிகப்பாதைகளில் பயணித்து பல ஞானகுருமார்களிடத்தில் முறைப்படி பயின்று தீட்சை பெற்றதோடு மட்டுமின்றி அப்பாதைகளில் 'கலீஃபா'வாக, அதாவது அப்பாதைகளில் தீட்சை கொடுப்பதற்கான 'கிலாஃபத்' எனும் அதிகாரம் பெற்றவர்களாக இருந்தார்கள்.

ஞானிகளின் தலைவர் என்று முஸ்லிம் உலகம் கொண்டாடும் முஹ்யித்தீன் அப்துல் காதிர் ஜீலானி நாயகம் அவர்களால் நிர்மாணிக்கப்பட்ட உலகின் மிகப்புகழ்பெற்ற ஆன்மிகப் பாதையான 'காதிரிய்யா தரீக்கா' என்ற ஆன்மிகப்பாதையில் தனது தந்தையாரிடமே பயிற்சியும், தீட்சையையும், 'கிலாஃபத்'தையும் ஜமாலிய்யா மௌலானா பெற்றார்கள்.

'ஜுஃப்ரிய்யா' என்ற ஆன்மிகப்பாதைக்கான தீட்சையையும் 'கிலாஃபத்'தையும் காயல்பட்டினத்தைச் சேர்ந்த ஷெய்கு முஹம்மது சாலிஹ் அவர்களிடமும், நக்ஷபந்திய்யா என்ற ஆன்மிகப்பாதைக்கான தீட்சையையும் 'கிலாஃபத்'தையும் அஸ்ஸையித் மஹ்மூதுல் புகாரிய்யுல் நக்ஷபந்தி அவர் களிடமும், ஷாதுலிய்யா என்ற ஆன்மிகப்பாதைக்கான தீட்சையையும் 'கிலாஃபத்'தையும் ஷெய்கு அஸ்ஸையிது அஹ்மதுல் ஹுமைஷரிய்யுஷ் ஷாதுலிய் அவர்களிடமும் ஜமாலிய்யா மௌலானா பெற்றுக்கொண்டார்கள்.

ஆன்மிகப்பாதையில் செல்லும் இந்த வழக்கமானது குடும்பச்சொத்தைப்போலப் பாதுகாக்கப்பட்டது என்று சொல்லவேண்டும். நபிகள் நாயகம் அவர்களது பரம் பரையில் 31-வது தலைமுறையிலும், முஹ்யித்தீன் அப்துல்காதிர் ஜீலானி நாயகத்தின் பரம்பரையில் 18-வது தலைமுறையிலும் ஜமாலிய்யா மௌலானா அவர்கள் பிறந்தது அதற்கொரு காரணமாக இருந்திருக்கலாம். இறைநேசத்தின் அச்சாணியான 'குத்பு' என்றும் 'கௌது' என்றும் அறியப்படும் முஹ்யித்தீன் அப்துல் காதிர் ஜீலானி அவர்கள் தன் தந்தையின் மூலமாக நபிகள் நாயகத்தின் 12-வது பரம்பரையிலும், தாயின் மூலமாக 14-வது பரம்பரையிலும் உதித்தவர்கள்.

பாக்தாதில் இருந்த தன் சிற்றப்பாவின் மகளாரைத் திருமணம் செய்துகொண்ட ஜமாலிய்யா மௌலானாவுக்கு மூன்று மகன்கள் அங்கே பிறந்தனர். பக்தாதின் யுத்த தளகர்த்தராகவும்

ஜமாலிய்யா மௌலானா பணிபுரிந்துள்ளார்கள். அப்பணியில் இருந்து ஓய்வு பெற்ற பின்னரே பல நாடுகளுக்கும் பயணித்து, சென்ற இடம் எல்லாம் பலருக்கு ஆன்மிக வழியைக் காட்டினார்கள். திருமறைக்கான ஞானவிளக்கங்களை நாடியவர்களுக்கு அவற்றை எடுத்துரைத்தார்கள். இறுதியில் இந்தியாவுக்கு வந்தார்கள்.

இந்தியாவுக்கு வருமுன்னர் இலங்கைக்குச்சென்ற ஜமாலிய்யா மௌலானா அங்கே வெலிப்பிட்டி என்ற ஊரிலும் திக்குவலை என்ற ஊரிலும் தங்களது உறவினர்கள் சிலர் இருக்கக் கண்டார்கள். திக்குவலையில் சையிதா உம்மு ஹபீபாக் கண்ணே என்ற பெண்ணைத் திருமணம் செய்துகொண்டார்கள்.

சையிதா உம்மு ஹபீபாக் கண்ணே அவர்களுக்குப் பிறந்தவர்கள் இருவர். அதில் மூத்த பிள்ளைதான் நமது நூலின் நாயகர் யாஸீன் மௌலானா நாயகம். இளையவர் பெயர் சையித் ஹாமித் மௌலானா. அவர் இளம் வயதிலேயே இறையடி சேர்ந்துவிட்டார். யாஸீன் மௌலானா நாயகத்தின் தாயார் சையிதா உம்மு ஹபீபாக் கண்ணேயும் தனது முப்பத்து நான்காவது வயதில் இறையடி சேர்ந்தார்கள்.

யாஸீன் மௌலானா நாயகத்தின் தந்தை ஜமாலிய்யா மௌலானா

அவர்கள் இறப்பதற்கு முன்னர் ஒரு நிகழ்ச்சி நடந்தது. அது ஜமாலிய்யா மௌலானா அவர்களின் ஒரு முக்கியமான குணாம்சத்தை எடுத்துக்காட்டக்கூடியதாக இருந்தது. சட்டென்று கோபம் கொண்டு ஏதாவது கடும்சொல் சொல்லிவிடுகின்ற குணம் கொண்டவர்களாக ஜமாலிய்யா மௌலானா இருந்துள்ளார்கள். அப்படியான கோபத்தில் அவர்கள் ஏதாவது சொன்னால் அவர்கள் சொன்னசொல் உடனே அல்லது கொஞ்ச காலத்தில் பலித்துவிடும்.

அவர்கள் இந்தியாவில் இருந்த காலகட்டத்தில் அவர்களது மனைவியார் இலங்கையில் இருந்தார்கள். நம் நூலின் நாயகரான

யாஸீன் நாயகமும் தன் தாயாருடன்தான் அப்போது இலங்கையிலேயே இருந்தார்கள். அம்மாவிடமிருந்தே திருக்குர்ஆனைத் திருத்தமாய் யாஸீன் நாயகம் கற்றுத் தேர்ந்தார்கள்.

இலங்கை வந்த ஜமாலிய்யா மௌலானா தன் மகனைத் தன்னுடன் இந்தியாவுக்கு அனுப்பிவிடுமாறு தன் மனைவியிடம் கேட்டார்கள். ஆனால் அன்பு மகனை விட்டுப் பிரிய மனமில்லாத தாயார் தயங்கினார்கள். ஒப்புதல் தெரிவிக்க வில்லை. உடனே ஜமாலிய்யா மௌலானாவுக்குக் கோபம் வந்துவிட்டது. அந்தக்கோபத்தில் தன் மனைவி என்றும் பாராமல் ஒரு விஷயத்தைச் சொன்னார்கள். ஒரு சாபம்போலத் தொனித்த அது ஒரு முன்னறிவிப்பாகும். அப்படி என்ன முன்னறிவிப்பு அது?

'நீயும் உன் இரண்டு சகோதரர்களும் இறந்து போவீர்கள். என் பிள்ளை என்னோடு வந்து சேர்ந்துகொள்ளும்' என்று ஜமாலிய்யா மௌலானா கூறினார்கள்!

அவர்கள் முன்னறிவிப்பு செய்ததுபோலவே யாஸீன் நாயகத்தின் தாயார் சையிதா உம்மு ஹபீபாவின் இரண்டு சகோதரர்களும் ஒருவர்பின் ஒருவராக கொஞ்ச காலத்தில் இறந்து போனார்கள். அதன்பின்னர் சிறிது காலம் கழித்து ஜமாலிய்யா மௌலானா அவர்களின் மனைவியும் யாஸீன் மௌலானா அவர்களின் அன்புத்தாயாருமான சையிதா உம்மு ஹபீபா அவர்களும் இறந்துபோனார்கள்!

சையிதா உம்மு ஹபீபா அவர்கள் மறைந்தபோது அவர்களுக்கு வயது முப்பத்து நான்குதான். யாஸீன் மௌலானா நாயகம் அவர்களுக்கு அப்போது பத்து வயதுதான் ஆகியிருந்தது. வெலிகாமம் மற்றும் மாத்தறை ஆகிய இடங்களிலிருந்த கல்விக்கூடங்களில் பயின்ற யாஸீன் மௌலானா நாயகம் அப்போது ஓரளவு அரபி கற்றிருந்தார்கள்.

ஜமாலிய்யா மௌலானா அவர்கள் கோபமாகச்செய்த முன்னறிவிப்பில் ஏதோ சூட்சுமம் உள்ளது. ஏனெனில், மகனை அனுப்ப மறுத்த தாயாரை மட்டும் அவர்கள் சபிக்கவில்லை. தன் மனைவியின் இரண்டு சகோதரர்களும் இறந்துபோவார்கள் என்று கூறியுள்ளார்கள். அது ஏனென்று தெரியவில்லை. ரகசியங்களை இறைவனும் இறைநேசர்களுமே அறிவார்கள்!

அன்பு காட்டிய தாயாரையும் அரவணைத்த தாய்மாமாக்களையும் இழந்திருந்த யாஸீன் நாயகம் அவர்களுக்குப் பெரும் வேதனையாக இருந்தது. ஆதரவற்றதோர் நிலையில் இருந்ததை உணர்ந்தார்கள். இருக்காதா பின்னே? அதன்பின்னர் தந்தையார் ஜமாலிய்யா அப்பாவிடமிருந்து அவர்களுக்கு அழைப்பு வந்தது. தந்தையின் அழைப்பை ஏற்று இந்தியாவுக்கு வந்தார்கள்.

ஜமாலிய்யா மௌலானா அவர்கள் இந்தியாவில் கேரளாவிலும், இராமநாதபுரம் மாவட்டத்திலிருந்த வேதாளை என்னும் ஊரிலுமாக இரண்டு பெண்களைத் திருமணம் செய்து கொண்டார்கள். மொத்தம் இருபத்தோரு பிள்ளைகளுக்குத் தந்தையாக இருந்த ஜமாலிய்யா மௌலானா இறுதியில் தஞ்சாவூர் மாவட்டத்திலுள்ள சம்பைப்பட்டினம் என்ற ஊருக்குச் சென்று அங்கேயே வாழ்ந்து மறைந்தார்கள். அப்போது அவர்களின் வயது 140 என்றும் 118 என்றும் கூறப்படுகிறது. அவர்கள் ஹிஜ்ரி 1264-ல் பிறந்து 1371-ல் மறைந்ததாக 'மறைஞானப்பேழை' மாத இதழில் வந்த ஒரு கட்டுரை குறிப்பிடுகிறது. எப்படிப்பார்த்தாலும் நூறு வயதுக்கு மேல் வாழ்ந்துள்ளார்கள் என்பது மட்டும் நிச்சயம்.

ஜமாலிய்யா மௌலானா அவர்கள் அரபியிலும் அரபுத் தமிழிலும் பல கவிதைகளும் மற்றும் உரைநடை இலக்கியங்களும் படைத்தார்கள். அவர்கள் அரபியிலும் அரபுத்தமிழிலும் எழுதிய நூல்களில் சில:

- குன்யத்துல் ஃபாஸிலீன்
- மிஃப்தாஹுல் சாலிஹீன்
- மன்பஅதுல் இல்மிய்யா
- ஃபராயிலுஸ் ஸாலிஹீன்
- துர்ரத்துல் காமிலீன்
- மன்பஅதுர் ரஹ்மானிய்யா ஃபீ அஹ்கானின் நபவிய்யா
- துர்ரத்துல் ஆரிஃபீன் ஃபீ அக்லாக்கிஸ் ஸாலிஹீன்

இதல்லாமல் கீழக்கரை ஞானி ஷெய்கு சதக்கத்துல்லாஹ் அப்பாவைப் பற்றி தமிழில் ஒரு நூல் எழுதியதாக ஒரு மார்க்க அறிஞர் சொன்ன தகவலின் மூலம் தெரியவருகிறது. மேலே கூறப்பட்ட நூல்களில் அறிவுரைகள், அறவுரைகள் மற்றும்

தரீக்கா எனும் ஆன்மிகப்பாதை தொடர்பான விளக்கங்கள் மற்றும் புகழ்ச்சிப்பாடல்கள் அடங்கியுள்ளன.

தந்தையின் அழைப்பை ஏற்று யாஸீன் நாயகம் அவர்கள் இலங்கையிலிருந்து கிளம்பி இந்தியாவிலிருந்த தந்தையார் ஜமாலிய்யா மௌலானா அவர்களிடம் 20.08.1911 அன்று வந்துசேர்ந்தபோது அவர்களது வயது பதினோரு ஆண்டுகளும், ஏழு மாதங்களும் இருபத்தோரு நாட்களுமாகும்.

2

தமிழ்நாடும் மார்க்கக்கல்வியும்

ஜமாலிய்யா மௌலானா அவர்களுக்கும் சையிதா உம்மு ஹபீபாக் கண்ணே அவர்களுக்கும் மகனாக யாஸீன் நாயகம் அவர்கள் இலங்கையில் உள்ள திக்குவலை என்ற ஊரில் டிசம்பர் 29, 1899-ல் பிறந்தார்கள். குடும்பத்தில் இருந்த தாய், தந்தை, பாட்டனார் அனைவருமே இறைநேசர்களாக இருந்தது குறிப்பிடத்தக்கது. ஹிஜ்ரி கணக்குப்படி அது ஹிஜ்ரி 1317, ஷ'அபான் மாதம் பிறை 17 ஆகும்.

திக்குவலை என்பது இலங்கையில் மாத்தறை மாவட்டத்தில் உள்ள ஒரு கடற்கரை நகரமாகும். இலங்கையிலேயே மிகப் பெரிய புத்தர் சிலை அங்குதான் உள்ளது. தனது தந்தையின் வழியில் நபிகள் நாயகத்தின் 33-வது தலைமுறையிலும், தாயார் வழியில் 32-வது தலைமுறையிலும் யாஸீன் நாயகம் தோன்றினார்கள். அதேபோல, தந்தையின் வழியில் கௌது நாயகம் அப்துல் காதிர் ஜீலானி அவர்களின் பரம்பரையில் 20-வது வழித்தோன்றலாகவும், தாயார் வழியில் 19-வது வழித்தோன்றலாகவும் இருந்தார்கள்.

சிலர் பிறப்பால் சிறப்படைவார்கள். சிலர் பரம்பரையால் சிறப்படைவார்கள். இன்னும் சிலர் தாம் செய்யும் செயல்களினால் சிறப்படைவார்கள். யாஸீன் மௌலானா

நாயகத்தின் சிறப்பு பிறப்பாலும், பரம்பரையாலும், செயல் களாலும் அமைந்திருந்தது.

இலங்கையில் இருந்தபோதே, அந்த சிறுவயதிலும் யாஸீன் நாயகம் பலராலும் பெரிதும் மதிக்கப்பட்டவர்களாக இருந்தார்கள். ஒருமுறை சிங்களவர்களுக்கும் தமிழர்களுக்கும் ஏதோ தகராறு ஏற்பட்டது. பாதிக்கப்பட்ட சிங்களவர் ஒருவர் தனக்கு ஆதரவாகப் பெருங்கூட்டத்தை அழைத்து வந்து விட்டார். விஷயம் கேள்விப்பட்டு யாஸீன் நாயகம் வீட்டை விட்டு வெளியில் வந்தார்கள். அவர்களைக்கண்ட அந்த சிங்களவர் உடனே அவர்களைப் பார்த்து, 'தேவே' (மரியாதைக்குரிய பெரியவரே) என்று கூறி அவர்கள் காலில் விழுந்து மன்னிப்புக் கேட்டார்.

அல்லாஹ்வின் சிங்கம்போல இருந்த யாஸீன் நாயகத்துக்கும் நபிகள் நாயகத்தின் பரம்பரையினருக்கும் சிங்களவர் கொடுத்த மரியாதை அது. சின்ன வயதிலேயே அந்த அளவுக்கு அவர்களது புகழும் பெருமையும் இருந்தது. ஆனால் இந்தக் காலத்தில்தான் சிங்களவர்களும் சிங்கள அரசும் முஸ்லிம்களுக்குப் பகைவர் களாக மாறிப்போனார்கள் என்பது சோகமான வரலாற்று உண்மையாகும்.

ஒருமுறை ஒரு முஸ்லிம் குழந்தைக்கு 'நெருப்பு' என்ற பொருள் வருமாறு ஒரு மார்க்க அறிஞர் பெயர் வைத்திருந்தார். அதைக்கேட்ட யாஸீன் நாயகம், 'அது சரியில்லை, தவறான பொருளில் உள்ளது' என்று கூறி 'முஸத்திக்' (உண்மையாளர்) என்று அக்குழந்தையின் பெயரை மாற்றினார்கள். சத்தியம் என்ற தூயநீரைக்கொண்டு தீமைத்தீயை அணைக்கும் நாயகராக அப்போதே இருந்துள்ளார்கள்!

இந்தப்பழக்கம் நபிகள் நாயகமவர்களிடம் இருந்த ஒன்றாகும். யாருக்காவது எதிர்மறையான பொருளைத் தருகின்ற பெயர் இருக்குமானால் அப்பெயரை அவர்கள் நேர்மறையான பொருள் வருமாறு மாற்றிவைப்பார்கள். எதிர்மறையான பொருள்தரக் கூடிய பல பேருடைய பெயர்களை நேர்மறையான பொருள்தரக் கூடியதாக நபிகளார் மாற்றியது வரலாறு.

உதாரணமாக, ஒருமுறை அஸ்ரம் என்பவர் நபிகள் நாயகம் அவர்களைப் பார்க்க வந்தார். அவரிடம் உம் பெயர் என்ன என்று

நபிகளார் வினவினார்கள். அதற்கு அவர் என் பெயர் அஸ்ரமாகும் (காய்ந்த செடிக்கொத்து) என்று கூறினார். உடனே நபியவர்கள் அப்பெயரை மாற்றி, இனி உம் பெயர் ‘சுர்ஆ’வாகும் (மணிகள் கொண்ட பசுமையான செடிக்கொத்து) என்று கூறினார்கள். நபிகள் நாயகமவர்களின் பரம்பரையில் வருவது சிறப்புக்குரியது என்றால், அவர்களது குணங்களையும் பிரதிபலிப்பது இன்னும் சிறப்புக்குரியதல்லவா!

தாயார் மறைந்தபோது யாஸீன் நாயகம் அவர்களுக்குப் பத்து வயதுதான் என்பதை ஏற்கனவே பார்த்தோம். அப்படியானால் இந்த நிகழ்ச்சி நடந்தபோது அவர்களின் வயது பத்துக்குள்தான் இருந்திருக்க வேண்டும். சின்னவயதிலேயே அவர்கள் கொண்டிருந்த அரபிப்புலமையும் சிந்தனா சக்தியும் குறிப்பிடத் தக்கது மட்டுமல்ல, வியப்புக்கும் உரியது.

அன்னையாரின் இறப்புக்குப் பிறகு இரண்டு ஆண்டுகள் உறவினர்களின் ஆதரவில் இலங்கையிலேயே யாஸீன் நாயகம் இருந்தார்கள். அங்கே மத்ரஸத்துல் பாரி என்ற கல்விக் கூடத்திலே அரபி படித்தார்கள்.

தந்தையாரின் அழைப்புக்கிணங்க 1911-ம் ஆண்டு ஆகஸ்ட் 20-ம் தேதி இந்தியா வந்த யாஸீன் நாயகம் தன் தந்தையாரோடு நெருக்கமாக இருந்து அவர்களின் உதவியைத் தொடர்ந்து பெற்றுக்கொண்டிருக்க விரும்பவில்லை. அடிக்கடி கோபப் பட்டு கடும்சொற்களை வீசிவிடும் ஜமாலிய்யா மௌலானா அவர்களின் குணம் அதற்குக் காரணமாக இருந்திருக்கலாம். இது எனது யூகம்தான். ஆனால் அந்த வயதிலேயே மனிதர்களிடம் எதையும் எதிர்பார்க்காமல், எல்லாம் வல்ல இறைவனையே சார்ந்திருக்கும் குணம் யாஸீன் நாயகத்திடம் இருந்ததையே அது காட்டியது. இறைநேசர்களின் அடிப்படைக்குணமே அதுதானே!

அவர்கள் அறியாப்புறத்திலிருந்து இறைவனின் திருவருள் அவர்களை நோக்கித் திரண்டுவர ஆரம்பித்தது. அவர்களது உள்ளச்சாய்வு முழுவதும் கல்வியையும் கலைகளையும் கற்றுக் கொள்வதில் மட்டுமே இருந்தது. தாயின் மறைவோ, தந்தையின் முனிவோ அவர்களைத் திசைதிருப்ப முடியவில்லை. தனக்கு ஏற்பட்ட மனக்கஷ்டம், பணக்கஷ்டம் எதையும் அவர்கள் பெரிதாகக் கருதவில்லை. அன்னையின் வளர்ப்பில் பெற்ற ஒழுக்கமும், நெறிபிறழாத வாழ்க்கையும் அவர்களை

ஏற்கனவே முழுமைப்படுத்தி வைத்திருந்தது என்றுதான் கூறவேண்டும்.

தன் தாயாரை சின்ன வயதிலேயே இழந்ததானது இறைவன் தனக்குச்செய்த பேருபகாரமும் அருளுமாகும் என்று அவர்கள் பிற்காலத்தில் கூறினார்கள். இதுபற்றி 'கலிமா விருட்சக் கனிந்த கனி' என்ற நூலில் அவர்கள் பின்வருமாறு கூறுகிறார்கள்:

'ஹக்கு தன்னளவில் என்னை இழுத்துக்கொள்ளவும், என்மீது அதன் செல்வத்தை சம்பூரணமாக்கவும், எனது பத்து வயதிலேயே எனது அருமைத்தாயார் அவர்கள் ஹக்களவில் சேர்ந்தமை அல்லாஹ் எமக்குச்செய்த மிகப்பெரிய உபகாரமாயிருந்தது'.

இறைவனை 'ஹக்கு' என்ற சொல்லால் குறிப்பதே அவர்கள் வழக்கமாக இருந்தது. 'ஹக்' என்ற அரபிச் சொல்லுக்கு 'பேருண்மை', 'சத்தியம்' என்று பொருள். அது இறைவனைக் குறிக்கும் அரபிச் சொற்களில் ஒன்றாகும். முஸ்லிம்களிடையே 'ஹக் தூ ஹக்' என்று ஒரு ஜபிப்பு உண்டு. 'இறைவா நீயே சத்தியம், நீயே சத்தியம்' என்று அதற்கு அர்த்தம்.

3

மேலப்பாளையம் மத்ரஸாவில்

மேலப்பாளையம் அந்தக்காலத்தில் தென்னிந்தியாவிலேயே மார்க்கக் கல்லூரிகள் நிறைந்த ஊராக இருந்தது. ஏறத்தாழ பன்னிரண்டு மத்ரஸாக்கள் அங்கே இருந்தன. அவற்றுள் 'ம'அநல் அஸ்ஃஃபியாஉ' மிகவும் பிரபலமான ஒரு மார்க்கக் கல்லூரி. இப்போது அது இல்லை. வேறெந்த மத்ரஸாவும் இருப்பதாகவும் தெரியவில்லை.

இணையத்தில் மேலப்பாளையம் என்று அடித்துப்பார்த்தால் அந்த மத்ரஸா பற்றிய எந்த தகவலும் கிடைக்கவில்லை. இஸ்லாமிய கலீஃஃபாக்களான அபூபக்கர், உமர், உஸ்மான் போன்றவர்களின் தலைமுறையைச் சேர்ந்தவர்கள் தமிழ் நாட்டுக்கு வந்து குடியேறிய ஊர்களில் ஒன்று மேலப்பாளையம் என்றும், அதற்கு மங்கை நகர் என்று ஒரு பெயர் இருந்ததாகவும், அது பாளையம் பகுதியை ஆண்ட மன்னர்களுக்கு மேல் பகுதியில் இருந்ததால் மேலப்பாளையம் என்று பெயர் பெற்றது என்றெல்லாம் தகவல்கள் கிடைக்கின்றன. ஆனால் அங்கே ஒரு சிறப்பு வாய்ந்த மார்க்கக் கல்விக்கூடம் இருந்ததற்கான குறிப்பு எதுவும் கிடைக்கவில்லை.

அங்கேதான் யாஸீன் நாயகம் அவர்கள் ஆரம்பத்தில் சில ஆண்டுகள் படித்தார்கள். அரபிக்கலையின் கருவூலமாகப்

புகழ்பெற்ற அந்தக்கல்லூரி அப்போது திகழ்ந்தது. அரபி மொழியில் ஒரு வல்லுனராக யாஸீன் நாயகம் உருவான காலகட்டம் அது என்று சொல்லலாம். அவர்களுக்குள்ளிருந்த அரபி மேதை வெளியே வருவதற்கான வாய்ப்பை அக்கல்லூரி கொடுத்தது என்றும் சொல்லவேண்டும்.

ஆனால் அங்கே சேருவதற்காகச்சென்ற யாஸீன் நாயகத்துக்கு உடனே இடம் கிடைத்துவிடவில்லை.

அக்கல்லூரிக்கு இரண்டு பேர் முதல்வர்களாக இருந்தார்கள். ஒருவர் முதல்வர், இன்னொருவர் துணை முதல்வர். அல்லது முதல்வர் இல்லாதபோது கல்லூரியை நிர்வகிப்பவர். யாஸீன் நாயகம் பற்றி ஏகத்துவ மெய்ஞ்ஞான சபை வெளியிட்ட சிறப்பு நூலில் 'அதிபர்' என்ற சொல்தான் பயன்படுத்தப்பட்டுள்ளது. அதிபர் என்றால் 'தலைவர்' என்றும் 'சொந்தக்காரர்' என்றெல்லாம் பொருள் வரும். அப்படியானால் அந்த இருவரும் பேராசிரியர்கள் மட்டுமல்ல; நிர்வாகிகளும் அவர்கள்தான் என்று புரிந்துகொள்ளலாம்.

அதில் அஹ்மது அலீ என்பவர் முதல்வரும் முக்கிய மானவருமானவர். அவர் கீழக்கரையில் வாழ்ந்த புகழ்பெற்ற மகானாகிய மாப்பிள்ளை லெப்பை ஆலிம் அவர்களிடத்திலே படித்து, அவர்களாலேயே பாராட்டப்பெற்றவர். அரபி இலக்கணத்தை 'நஹ்வ்' என்று கூறுவார்கள். அதில் அவர் கில்லாடியாக இருந்ததால், 'அஹ்மது அலீ நஹ்வில் புலி' என்று மகான் மாப்பிள்ளை லெப்பை அவர்களால் பாராட்டப்பட்டவர். யாஸீன் நாயகம் அவர்கள் அக்கல்லூரியில் சேரச்சென்ற காலகட்டத்தில் அவர் மார்க்கக் கடமையான ஹஜ் எனும் புனிதப்பயணத்தை நிறைவேற்ற மக்காவுக்குச் சென்றிருந்தார். எனவே அவருடைய பொறுப்பை ஏற்று அவரிடத்தில் அப்போது இருந்தவர் யூசுஃப் வலீ என்பவர்.

மெய்ஞான அறிவு, தத்துவம் மற்றும் கலைகள் ஆகியவற்றில் யூசுஃப் வலீ சிறந்தவர். அவரிடம் சென்று, இக்கல்லூரியில் சேர்ந்து தான் கல்வி பயில விரும்புவதாக யாஸீன் நாயகம் அவர்கள் விண்ணப்பித்தபோது, 'இல்லையில்லை. நீங்கள் ரஸூலுல்லாஹ் சல்லல்லாஹு அலைஹிவசல்லம் அவர்களின் குடும்பத்தைச் சேர்ந்தவர். உங்கள் தந்தையாரும் மிகச்சிறந்த ஆன்மிக குருவாக உள்ளார்கள். ஸையித்மார்களுக்கு (நபிகள்

நாயகத்தின் குடும்பத்தைச் சேர்ந்தவர்களுக்கு) கல்வி அவசியமில்லை. கல்வியும் வராது. உங்கள் தந்தையார் அவர்களின் சிறப்பே போதும்' என்று சொல்லிக் கையை விரித்துவிட்டார்.

அவர் அப்படிச் சொன்னதற்குக் காரணம் என்னவென்று தெரிய வில்லை. மௌலானா என்ற பெயரோடு அங்கே சேர்ந்திருந்த சிலர் ஒழுக்கக்கேடான காரியங்களைச் செய்ததால் அப்படி அவர் சொல்லியிருக்கலாம் என்று யாஸீன் மௌலானா நாயகம் பற்றிய சிறப்பு மலரில் ஒரு யூகம் முன்வைக்கப்படுகிறது. இருக்கலாம். ஆனால் ஏதோ ஓர் உள்ளார்ந்த, இனம்புரியாத வெறுப்புகூட இப்படிச்சொன்னதற்குக் காரணமாக இருந்திருக்கலாமோ என்று தோன்றுகிறது. ஏனெனில், நபிகள் நாயகத்தின் குடும்பத்தைச் சேர்ந்தவர்களுக்கு 'கல்வி வராது' என்று அவர் ஏன் சொல்லவேண்டும்? அது வரலாற்றுப் பிழையல்லவா?

'நான் ஞானத்தின் பட்டணம் என்றால் அலீ அதன் தலைவாயில்' என்று நபிகள் நாயகம் சொன்னது பிரபலமான நபிமொழியாகும். இறுதித்தூதர் முஹம்மது அவர்களின் பரம்பரையில் வந்த பேரறிஞர்கள் பலர் உண்டு. ஞானி இமாம் ஜாஃபர் சாதிக் அவர்களைப்போல. ஆனால் கல்வி வராது என்று கூறிய யூசுஃப் அலீ அவர்கள் பின்னாளில் அப்படிச் சொன்னதற்காக மிகவும் வருத்தப்பட்ட நிகழ்வும் உண்டு.

அப்போது நல்லவேளையாக யூசுஃப் அவர்களின் தகப்பனார் மீரா முஹ்யுத்தீன் ஆலிம் என்பவர் அங்கே இருந்தார். அவர் தன் மகனை அழைத்து, 'அப்படியெல்லாம் சொல்லக்கூடாது, பொதுமக்களுக்குக் கல்வி கற்பிப்பது அவசியமென்றால், சையித்மார்களுக்குக் கல்வி கற்பிப்பது அவசியத்திலும் அவசியமாகும். உன்னால் முடியாதென்றால் சொல்லும், நான் சொல்லித்தருகிறேன்' என்று சொன்னவுடன் யூசுஃப் அவர்கள் யாஸீன் நாயகத்தை அக்கல்லூரியில் சேர்த்துக்கொண்டார்.

அதோடு, யாரோ ஒருவர் செய்ததாகக் கூறப்படும் குற்றச்சாட்டுக்கு மற்றவர் அனைவரும் புறக்கணிக்கப்படுவது அவ்வளவு நல்லதல்ல. என்னை இந்த மத்ரஸாவில் சேர்த்துக் கொண்டால் நான் ஒழுக்கமுடன் நடந்துகொள்வது மட்டுமின்றி, கறைபடிந்த அவப்பெயரை அகற்றி 'அஹ்ல பைத்'துகளின்

கண்ணியத்தைக் காப்பாற்றுவேன்' என்று யாஸீன் நாயகம் அவருக்கு உறுதி மொழியும் அளித்தார்கள்.

'அஹ்ல்' என்ற அரபிச்சொல்லுக்கு 'மக்கள்', 'குடும்பம்', 'சொந்தம்' என்றெல்லாம் பொருள் வரும். 'பைத்' என்றால் 'வீடு' என்று பொருள். ஆனால் அரபிமொழி வரலாற்றில் 'அஹ்ல்-எ-பைத்' என்ற சொற்றொடர் நபிகள் நாயகம் அவர்களின் குடும்பத்தினரை மட்டுமே குறிக்கும். யாஸீன் நாயகம் அவர்கள் பெருமானாரின் 33-வது தலைமுறையினர் என்பதால் அப்படி ஒரு வாக்குறுதியைக் கொடுத்து மேலப்பாளையம் மத்ரஸாவில் சேர்ந்துள்ளார்கள்.

ஆன்மிக அறிவுரை

யாஸீன் நாயகத்தின் மார்க்கக் கல்வியும் ஆன்மிகக்கல்வியும் அங்கே தொடங்கியது என்று சொல்லவேண்டும். ஏனெனில் ஹஜ்ஜுக் கடமையை முடித்துவிட்டு ஊர் திரும்பிய அஹ்மது அலீ அவர்கள் யாஸீன் நாயகத்தைப் பார்த்து, 'நீங்கள் நடக்கும்போதெல்லாம் உங்கள் பாதக்குறடுகளை மட்டும் பார்த்த வண்ணம் செல்லவேண்டும்' என்று ஓர் அறிவுரையைக் கொடுத்தார். அதோடு வேறுசில அறிவுரைகளும் உண்டு.

ஆனால், அந்த முதல் அறிவுரையானது ஓர் முக்கியமான ஆன்மிகக்குறிப்பாகும். அதில் பல படிப்பினைகள், கஷ்டங்கள், கட்டுப்பாடுகள் உண்டு. எங்கள் ஞானாசிரியர் ஹஸ்ரத் மாமா அவர்களிடமிருந்து நாங்கள் கற்றுக்கொண்ட பாடங்களே அந்த ஆலோசனையின் ஆன்மிகப் பரிமாணத்தைப் புரிந்துகொள்ள எனக்கு உதவியது.

நக்ஷபந்தியா தரீக்கா ஆன்மிகப்பாதையில் ஒரு பாடல் உண்டு. நாகூர் தர்காவுக்கு வரும் அந்த தரீக்காவைச் சேர்ந்தவர்கள் ஒரு பாடலைப் பாடிக்கொண்டே வருவார்களாம். அந்தப் பாடல் இதுதான்:

ஹோஷ் பர் தம்
நஸர் பர் கதம்
கல்வத் தர் அஞ்சுமன்

'ஹோஷ் பர் தம்' என்றால் 'மூச்சைக் கவனி' என்றும், 'நஸர் பர் கதம்' என்றால் 'எடுத்து வைக்கும் பாத அடிகளைக் கவனி'

என்றும், 'கல்வத் தர் அஞ்சுமன்' என்றால் 'சமுதாயச் சிந்தனையிலிருந்து தனித்திரு' என்றும் அர்த்தம். இதில் இரண்டாவது உபதேசத்தைத்தான் அஹ்மது அலீ அவர்கள் யாஸீன் மௌலானா நாயகத்துக்குக் கொடுத்திருக்கிறார்கள்.

அஹ்மத் அலீயவர்கள் கொடுத்த அந்த ஆன்மிக ஆலோசனைக்கு அல்லது அறிவுரைக்கு யாஸீன் நாயகம் கொடுத்த மரியாதையும் முக்கியத்துவமும் காவியத்தன்மை கொண்டது. மேலப்பாளையத்தில் படித்த அந்த சில ஆண்டுகள் முழுவதும் யாஸீன் நாயகம் அவர்கள் நடக்கும்போது தலையைத்தூக்கி யாரையும் பார்த்ததில்லை. இன்னும் சொல்லப்போனால், அந்தக் கல்லூரியில் பயின்ற ஆண்டுகளிலெல்லாம் எந்தப்பெண்ணையும் ஏறெடுத்துப்பார்த்ததில்லை.

அதுமட்டுமல்ல. மேலப்பாளையத்தில் ஷாஹுல் ஹமீது லெப்பை என்பவரின் ஆதரவில், அவரது வீட்டில்தான் யாஸீன் நாயகம் உணவருந்தி வந்தார்கள். ஒரு சேவையாக செய்யப்பட்ட காரியம் அது. அந்தக் காலத்தில் எதெல்லாம் சேவையாக இருந்ததோ அதெல்லாம் இப்போது வணிகமாகிப்போய்விட்டது வேறு விஷயம்! மேலப்பாளையத்தில் யாஸீன் நாயகம் இருந்தபோது அந்த ஷாஹுல் ஹமீது லெப்பை அவர்களுக்கு மிகுந்த ஆதரவு கொடுத்துள்ளார் என்பது குறிப்பிடத்தக்கது.

அங்கிருந்து கல்வி பயின்ற அத்தனை ஆண்டுகளிலும் ஒரு முறைகூட தனக்கு உணவு பரிமாறிய பெண்ணை யாஸீன் நாயகம் ஏறிட்டும் பார்த்ததில்லை! ஏறிட்டுப் பார்ப்பது தவறா என்றெல்லாம் கேட்கக்கூடாது. அது ஒரு உத்தரவு. அதற்குக் கட்டுப்படவேண்டும். அங்கே அறிவுக்கு வேலை கொடுக்கக் கூடாது. அதுதான் ஆன்மிகத்தின் அடிப்படை. நீங்கள் எவ்வளவு நல்லவராக இருந்தாலும் சரி.

யாஸீன் நாயகத்துக்கு அஹ்மது அலீ அவர்கள் ஞானாசிரியராகவும் இருந்தார்களா என்ற குறிப்பு இல்லை. அப்படி இருந்ததாகத்தெரியவில்லை. ஒரு மார்க்கக் கல்லூரியின் முதல்வராகவும், முதன்மை ஆசிரியராகவும் மட்டுமே அஹ்மது அலீ இருந்தார்கள். ஆனால் அரபி மொழியை கசடறக்கற்ற ஓர் அறிஞர் மட்டுமல்ல அஹ்மது அலீ. மாப்பிள்ளை லெப்பை ஆலிம் என்ற ஒரு மாபெரும் ஞானியிடம் பாடம்

பயின்றவரும்கூட. எனவே அவர்களது கல்வியோடு ஆன்மிகம் இரண்டறக் கலந்திருந்தது. அதனால்தான் அப்படியொரு உபதேசம் அவர்களிடமிருந்து யாஸீன் நாயகத்துக்குக் கிடைத்துள்ளது. அதற்குரிய மரியாதையைக் கொடுத்து அந்த ஆன்மிக அறிவுரையை தன் வாழ்க்கையால் கண்ணியப் படுத்தியுள்ளார்கள் யாஸீன் நாயகம். அது அவர்களது ஆன்மிக முன்னேற்றத்துக்கு நிச்சயம் உதவியிருக்கும் என்பதில் சந்தேகமில்லை.

இந்த நிகழ்ச்சியின் தொடர்ச்சி ஒன்று உள்ளது. அது திரைப் படங்களில் வருவது போன்று மிகவும் சுவாரசியமானது. மேலப்பாளையம் கல்லூரியில் மட்டுமின்றி, சென்னை, லாஹூர், தாருல் உலூம் தேவ்பந்த் போன்ற பல கல்லூரிகளிலும் படித்து முடித்துப் பல ஆண்டுகள் கழித்து ஒருமுறை மீண்டும் தான் படித்த மேலப்பாளையம் கல்லூரியைப் பார்க்க வந்தார்கள் யாஸீன் நாயகம்.

ஜமாலிய்யா யாஸீன் மௌலானா நாயகம் அவர்கள் வந்திருக்கிறார்கள் என்ற செய்தியைக் கேட்டவுடன் ஒரு வயதான அம்மையார் யாஸீன் நாயகத்தைத் தங்கள் வீட்டுக்கு அழைத்து மரியாதை செய்தார். உபசரிப்புக்குப்பின், யாஸீன் நாயகம் அவர்கள் புறப்படத் தயாரானபோது, அந்த அம்மையார், 'மௌலானா, என்னை உங்களுக்கு நினைவிருக்கிறதா?' என்று கேட்டார்.

மிகவும் முதியவராக இருந்த அந்த அம்மையாரைக்கண்ட யாஸீன் நாயகம், 'இல்லையே, எனக்கு ஞாபகம் இல்லை. நான் உங்களைப் பார்த்ததுகூட இல்லையே' என்றார்கள்.

ஆச்சரியமடைந்த அந்த அம்மையார், 'நீங்கள் இங்கு படித்த காலத்தில் உங்களுக்கு மூன்று வேளையும் நான்தான் உணவு பரிமாறினேன்' என்று கூறினார்.

'நீங்கள் அப்படிச் செய்திருக்கலாம் அம்மா. ஆனால் நான் ஒருமுறைகூட உங்களை ஏறிட்டுப் பார்த்ததில்லையே... எனக்கு எப்படி உங்களைத் தெரியும்?' என்று யாஸீன் நாயகம் பதில் சொன்னார்கள்!

திரைப்படத்தில் வேண்டுமானால் இப்படி ஒரு காட்சியையும் வசனத்தையும் வைத்துக் கேட்பவர்களை அசத்தலாம், ஆனால்

நிஜ வாழ்க்கையில் இது சாத்தியமா என்று கேட்பவர்கள் இப்படி இருப்பது சாத்தியமில்லை என்று நினைப்பவர்கள்தான். ஒரு இறைநேசருக்கு எதுவும் சாத்தியம். குருவின் ஒவ்வொரு சொல்லுக்கும் அவர்கள் எவ்விதம் மரியாதை கொடுத்தார்கள் என்று இதிலிருந்து புரிந்துகொள்ள முடியும். குருவில் தன்னை அழித்துக்கொண்டவர்கள் அவர்கள். இதை சூஃபி மொழியில் 'ஃபனா ஃபிஷ்ஷைஹ்' என்று சொல்வார்கள். யாஸீன் நாயகம் அவர்களின் ஒட்டுமொத்த வாழ்க்கையுமே 'ஃபனா ஃபிஷ்ஷைஹ்' என்பதன் விளக்கமாக அமைந்துபோனதைப் பார்க்கலாம்.

பாடங்கள்

பதினேழு வயதானபோதே அரபி மொழியில் கவிதைபாடும் திறனை யாஸீன் நாயகம் பெற்றிருந்தார்கள். அந்த வயதிலேயே அவர்களுக்கு 'மாதிஹுர் ரஸூல்' (ரஸூலான நபிகள் நாயகம் அவர்களைப் புகழ்பவர்)' என்றும், 'ஷாஇர்' (கவிஞர்) என்றும் புகழ்ப்பெயர்கள் ஏற்பட்டன. தமிழ், அரபி, உர்து, பாரசீகம், மலையாளம், ஆங்கிலம், தமிழ் என்று பல மொழிகளைக் கசடறக்கற்று பன்மொழி வித்தகராக ஆகியிருந்தார்கள். அரபி, உர்து, தமிழ் ஆகிய மூன்று மொழிகளிலும் கவிதை பாடும், உடனடியாகக் கவிதை எழுதும் திறனும் பெற்றிருந்தார்கள்.

மேலப்பாளையம் மத்ரஸாவில் பேராசிரியர்கள் அஹ்மது அலீ, யூசுஃப் வலீ ஆகியோர் மூலமாக யாஸீன் அப்பா கற்றுக்கொண்ட சில பாடங்கள்:

தஃப்சீர் – திருக்குர்'ஆனுக்கான விரிவுரை

ஹதீஸ் – நபிமொழிகள்

உசூல் ஹதீஸ் – நபிமொழிகளுக்கான மூலாதாரக் கலைகள்

ஃபிக்ஹ் – இஸ்லாமிய சட்டம்

உசூல் ஃபிக்ஹ் – இஸ்லாமிய சட்டத்துக்கான மூலாதாரக்கலைகள்

அகாயித் – மூலாதாரத் தத்துவம்

தஸவ்வுஃப் – ஆன்மிகம் எனும் மெய்ஞானக்கலை

ஃபல்ஸஃபா – தத்துவம்

ஸர்ஃபு, நஹ்வு – இலக்கணம்

அதப், இன்ஷா – இலக்கியம்

பலாகத் – அலங்கார சாத்திரம்

தாரீக் – வரலாறு

ஜுக்ராஃபிய்யா – புவியியல்

சியாசிய்யா – குடியியல்

ஹிஸாப் – எண் / கணிதம்

இல்முல் இக்திஸாத் – பொருளாதாரம்

இல்முல் ஃபலக் – வானவியல்

ஹின்தஸா – பொறியியல்

யாஸீன் நாயகம் கற்றுக்கொண்ட பாடங்களின் வரிசை இத்துடன் முடிந்துவிடவில்லை. இன்னும் உண்டு. தனக்குக் கற்பித்த பேராசிரியர்களே வியக்கும் அளவுக்கு அவர்களது அறிவின் ஆழம் இருந்தது.

இரங்கற்பா

கல்லூரியின் முதல்வராக இருந்த அஹ்மது அலீயவர்கள் இறந்துபோனபோது யாஸீன் நாயகம் அரபியில் ஒரு இரங்கற்பா எழுதினார்கள். அதன் தலைப்பு 'இப்திதாஉல் மகானிம் ஃபீ மித்ஹத்தி அஹ்மத் அலீய் தில்மகாரிம்' என்பதாகும். 'ஹம்தன்' என்று தொடங்கிய அந்தப்பாடல் ஐம்பத்தாறு அடிகள் கொண்டது. அஸ்ஸய்யித்களுக்கு, அதாவது நபிகள் நாயகத்தின் பரம்பரையினருக்குக் கல்வி வராது என்றும், கல்வி அவசியமில்லை என்றும் கூறி தன்னைச் சேர்க்கமறுத்த துணை முதல்வர் யூசுஃப் அலீ அவர்களிடம் அக்கவிதையை யாஸீன் நாயகம் கொண்டுபோய்க் கொடுத்தார்கள்.

அதைப்படித்துப் பார்த்த யூசுஃப் அலீ வியப்புற்றார், பேருவகை எய்தினார். அப்பாடலைத் தன் கண்களில் ஒற்றிக்கொண்டு, 'உங்களுக்கா கல்வி வராது என்று கூறினேன்' என்று சொல்லிக் கண்கலங்கினார்.

அதுமட்டுமா? கல்லூரியில் ஆசிரியர் யாராவது வரவில்லை எனில் அப்பாடத்தை யாஸீன் நாயகமே மாணவர்களுக்கு சொல்லிக்கொடுக்கப் பணிக்கப்பட்டார்கள்! ஒரு மாணவராக

இருந்தபோது ஒரு பேராசிரியருக்குரிய தகுதிகளோடு யாஸீன் நாயகம் இருந்துள்ளார்கள்.

அரைகுறை மார்க்க அறிஞரின் மூக்குடைந்தது

யாஸீன் நாயகம் அக்கல்லூரியில் படித்துக்கொண்டிருந்த காலகட்டத்தில் திரைப்படக் காட்சியையும் மிஞ்சும் வகையில் ஒரு சுவையாக நிகழ்ச்சி நடைபெற்றது. போலி அறிஞர்களை அது தோலுரித்துக் காட்டியது மட்டுமின்றி, யாஸீன் நாயகத்தின் ஆழமான ஞானத்தையும் எடுத்துக்காட்டியது.

அந்தக்காலத்தில் திமிர் பிடித்த ஒரு ஆலிம், ஒரு மார்க்க அறிஞர், இருந்தார். கேரளாவிலிருந்து வந்த அவர் பல அரபிக்கல்லூரி களுக்கும் சென்று அங்கிருக்கும் ஆசிரியர்களோடும் மாணவர்களோடும் தர்க்கம் புரிவார். கடைசியில் அவரே வெல்வார். மற்றவர்களின் மூக்கை உடைப்பதில் அவருக்கு அலாதி இன்பம். இப்படியாக அவர் பல மத்ரஸாக்களுக்குச் சென்று, தர்க்கம் புரிந்து, 'வெற்றி வாகை' சூடி, மூக்குடைப்பு மன்னனாக வலம் வந்தார்.

அவரைப்பற்றிய செய்தி காட்டுத்தீபோல் தமிழ்நாடு முழுவதும் பரவியிருந்தது. அவருக்கு அனைவரும் அஞ்சினர் என்றே சொல்லவேண்டும். வெற்றிகொள்ள முடியாத ஒரு ராட்சச ஆளுமையாக அவர் அறியப்பட்டார். அவர் விரைவிலேயே யாஸீன் நாயகம் அவர்கள் பயின்ற, பயிற்றுவித்துக் கொண்டிருந்த மேலப்பாளையம் 'ம'அனல் அஸ்ஃபியா' கல்லூரிக்கும் வருகை தரப்போகிறார் என்று ஒரு வதந்தி பரவியிருந்தது. யாஸீன் நாயகமும் அவர் வருகையை எதிர்பார்த்துக் காத்துக்கொண்டிருந்தார்கள்.

சொல்லிவைத்த மாதிரி ஆசிரியர்கள் விடுப்பில் சென்றிருந்த ஒரு நாள் அவர் வந்தார். அன்று காலை 'ஃபஜ்ரு' எனப்படும் அதிகாலைத்தொழுகையை நிறைவேற்றிய பின்னர் யாஸீன் நாயகமும் மற்ற மாணவர்களும் கொஞ்சம் களைப்பால் சற்று அயர்ந்து உறங்கிக் கொண்டிருந்தார்கள். அப்போது வந்தார் ஆணவமும் அகந்தையும் கொண்ட அந்தப் 'பேரறிஞர்'.

உள்ளே நுழைந்தவர், 'ஃபஜ்ரு தொழாமல் மாணவர்கள் தூங்கிக்கொண்டிருக்கிறார்கள். இதுதான் இங்கே கல்வி

கற்றுக்கொடுக்கும் முறையா?' என்று சப்தமாக விமர்சித்த அவர், 'எங்கே உங்கள் உஸ்தாது?' என்று கர்ஜித்தார். 'உஸ்தாது' என்ற சொல் ஆசிரியரைக் குறிக்கும்.

அதோடு விடவில்லை. ஆசிரியர்கள் அமர்ந்து கற்றுக் கொடுக்கும் இடத்தில்போய் உரிமையுடனும் கர்வத்துடனும் அமர்ந்துகொண்டார். சந்தர்ப்பத்தை எதிர்பார்த்துக் கொண்டிருந்த மாணவர்கள் ஆர்வத்துடன் அவரைச்சுற்றி அமர்ந்துகொண்டனர். யாஸீன் நாயகமவர்களின் ஞானம் பற்றி அவர்களுக்கு ஏற்கனவே தெரியும். யாஸீன் நாயகமும் முன் வரிசையில் வந்து அமர்ந்து கொண்டார்கள். ஒன்றும் தெரியாத மாதிரி.

'எங்கே உங்கள் உஸ்தாது?' என்று அவர் கேட்டார்.

'விடுப்பில் சென்றுள்ளார்கள்' என்று பதில் சொல்லப்பட்டது.

'அப்படியானால் பாடம் நடத்துவது யார்?' என்று கேட்டார்.

யாஸீன் நாயகம் முன்னால் வந்து, 'நான்தான்' என்று சொன்னார்கள்.

'அப்படியா, சரி, நீ என்ன ஓதுகிறாய்?' என்று அதிகாரமாகக் கேட்டார்.

ஓதுவது, அதாவது கற்றுக்கொண்டிருப்பது என்னவென்று சொன்னால் அந்த மாணவர் எந்த நிலையில், எந்த ஆண்டில் இருக்கிறார், அவரிடம் என்ன கேட்கலாம் என்ற முடிவுக்கு ஒரு அறிஞர் வரமுடியும். நம் பள்ளிக்கூடங்களுக்கு 'இன்ஸ்பெக்ஷன்' வருவது மாதிரி.

அதற்கு யாஸீன் நாயகம், 'நான் துஹ்ஃபா ஓதுகிறேன்' என்றார்கள்.

'துஹ்ஃபா' என்ற பெயரில் இரண்டு நூல்கள் இருந்தன. ஒன்று அபூர்வமானதோர் ஆன்மிக ஞானக்கருவூலமாகும். இன்னொன்று இலக்கண நூல். முன்னது 'துஹ்ஃபத்துல் முர்சலா'. பின்னது 'துஹ்ஃபத்துல் வர்திய்யா'. ஆனால் இரண்டுமே 'துஹ்ஃபா' என்றே சுருக்கமாகக் குறிப்பிடப் பட்டது.

'துஹ்ஃபா' என்று யாஸீன் நாயகம் சொன்னதும், அது இலக்கண நூலாக்கும் என்று வந்தவர் நினைத்துக்கொண்டார். ஆனாலும்

அவருக்கு லேசாக ஒரு குறிப்பு கொடுக்கலாம் என்று எண்ணிய யாஸீன் நாயகம், 'ஹஸ்ரத் அவர்களே, இங்கே 'துஹ்ஃபா' ஓதுகிறவர்கள், 'மிஷ்காத்'தும் கற்றுக்கொடுப்பார்கள்' என்று சொன்னார்கள். 'மிஷ்காத்' என்பது பிரபலமான, ஆதாரப் பூர்வமான ஒரு நபிமொழித்தொகுப்பாகும்.

அப்படி யாஸீன் நாயகம் 'மிஷ்காத்'தின் பெயரைச் சொன்னதன் பின்னால் ஒரு நோக்கமிருந்தது. அந்த அறிஞர் அதை வாசிக்கிறாரா என்று பார்க்கவேண்டும், வாசிக்கும்போது இலக்கணப்பிழைகள் வருகின்றனவா என்று கவனிக்க வேண்டும், அப்படி வருமாயின், அதை வைத்து அவர் கொட்டத்தை அடக்கவேண்டும் என்பதே அவர்களது நோக்கமாகும்.

அவர்கள் அப்படி நினைத்ததற்கு ஒரு காரணமில்லாமலில்லை. 'துஹ்ஃபா' என்ற இலக்கண நூல் ஆத்திச்சூடி என்றால் 'மிஷ்காத்' என்ற நூல் தொல்காப்பியம் அல்லது கம்பராமாயணம் போன்றது. அளவில் அல்ல; உள்ளடக்கத்தின் ஆழத்தில்.

ஆனால், தனக்கான வலை அது என்பதை உணராத அந்த முட்டாள் அறிஞர் 'அப்படியா, அப்படியானால் 'மிஷ்காத்'தைக் கொண்டு வாருங்கள்' என்று உத்தரவிட்டார்!

உடனே சக மாணவர் ஒருவர் ஓடிச்சென்று 'மிஷ்காத்' நூலை எடுத்துக்கொண்டுவந்து யாஸீன் நாயகம் அவர்களிடம் கொடுத்தார்.

'அதைத்திறந்து வாசித்து அர்த்தம் சொல்லுங்கள்' என்று உத்தரவு போலச் சொன்னார் வந்திருந்த அகந்தைகொண்ட அறிஞர்.

'ஹஸ்ரத் அவர்களே, இதோ 'மிஷ்காத்'. இதை நீங்களே வாசியுங்கள். நான் பொருள் கூறுகிறேன்' என்று யாஸீன் நாயகம் கூறினார்கள்.

வந்தவர் பந்தாவாக நூலை வாங்கி வாசிக்கத் தொடங்கினார். ஆனால் நிறுத்தவேண்டிய இடங்களில் நிறுத்தாமலும், குறியீட்டுக்குறைகளுடனும், பிழைகளுடனும் வாசித்தார்.

'ஹஸ்ரத் அவர்களே, பிழையின்றி வாசியுங்கள். சரியாகக் குறியீடிட்டு வாசியுங்கள். அப்படி வாசித்தால்தான் பொருள்கூற முடியும்' என்று யாஸீன் நாயகம் கூறினார்கள். ஆனால் அவர்

மீண்டும் பிழையுடன்தான் வாசித்தார். அவருக்கு சரியாகத் தெரிந்தால்தானே சரியாக வாசிக்க முடியும்!

அதைக்கேட்ட யாஸீன் நாயகம், 'மவ்லவி, பிழையின்றி வாசியும்' என்று கூறினார்கள். அதில் அவருக்கான மரியாதை பல படிகள் கீழே இறங்கியிருந்தது!

எசகுபிசகாக மாட்டிக்கொண்டார் அரைகுறை அறிஞர்! நிறுத்தவும் முடியாமல், தொடர்ந்து வாசிக்கவும் முடியாமல் தவித்தார்.

'நீங்கள் ஆலிமா (மார்க்க அறிஞரா)? எங்கே படித்தீர்கள்? அரபியே தெரியவில்லையே? இதுவரை எத்தனை ஆலிம்களை ஏமாற்றியிருக்கின்றீர்கள்? பேரறிஞர்கள் கற்பிக்கும் இவ்விடத்தில் உம்மைப்போன்ற 'ஜாஹில்'கள் (முட்டாள்கள்) வந்து அமரலாமா? இரவெல்லாம் வணக்கத்தில் இருந்துவிட்டு, அதிகாலத்தொழுகையையும் தொழுதுவிட்டு அயர்ந்து உறங்குபவர்களைப் பார்த்து, தொழாமல் தூங்குவதாகச் சொல்லி கத்திக் கூப்பாடு போட்டு தூஷனைவேறு செய்தீர்! அவர்கள் தூக்கத்தைக் கெடுத்தீர்! பள்ளிக்குள் நுழைந்த உமக்கு முதலில் ஸலாம் சொல்லவேண்டும் என்ற அரிச்சுவடிகூடத் தெரியவில்லையா? உமது வீண் பெருமையை இன்றோடு விட்டுவிடும். கற்றது கைம்மண் அளவுதான்' என்று கூறி முடித்தார்கள்.

அதன் பிறகு கொட்டமடங்கிய அந்த முதிர்ச்சியில்லாத 'அறிஞர்' மன்னிப்புக் கேட்டுக்கொண்டு அங்கிருந்து விடை பெற்றார். இவ்விதம் கொட்டமடிக்க வந்தவர்கள் மட்டம் தட்டி அனுப்பப்பட்ட கதைகள் பல உண்டு.

4

சென்னை, லாகூர், தேவ்பந்த்

மேலப்பாளையம் 'ம'அனல் அஸ்ஃபியா' மத்ரஸாவில் படிக்க வேண்டியதையெல்லாம் படித்து முடித்த யாஸீன் நாயகம் சென்னையைச் சேர்ந்த பளவரக்காடு என்னும் ஊரில் வாழ்ந்துவந்த கலைக்களஞ்சியமான முஹம்மது அலவிய்யுல் ஜமீலிய் என்ற அறிஞரிடத்திலே இலக்கியம் தொடர்பான விஷயங்களையும், 'ஹிகம்' என்னும் தத்துவ ஞானக் கலைகளையும் கற்றுத்தேர்ந்தார்கள்.

பின்பு சென்னை பெரம்பூரில் இருந்த 'மத்ரஸத்துல் ஜமாலிய்யதுத்துல் குல்லிய்யா' என்ற மாபெரும் அரபிக் கல்லூரியில் படித்து 'மௌலவி ஃபாஸில்' என்ற கௌரவப் பட்டம் பெற்றார்கள். மேலும் பல கல்லூரிகளில் பலவிதமான பாடங்களைப் படித்துப் பட்டம்பெற்றது மட்டுமின்றி அக்கல்லூரிகளில் பேராசிரியராகவும் பணியாற்றியுள்ளார்கள். இதுமட்டுமல்ல. மற்போர், குத்துச்சண்டை ஆகியவற்றில்கூட பயிற்சி எடுத்துத்தேர்ந்தார்கள்! மல்யுத்தம் பயில்வது அரேபிய கலாச்சாரத்தின் ஒரு கூறாக இருந்துள்ளது. ஹஸ்ரத் உமர் அவர்களைப் போன்ற பல நபிகள் நாயகத்தோழர்கள் மல்யுத்த வீரராகவும் இருந்துள்ளார்கள் என்பது இங்கே குறிப்பிடத் தக்கது.

இங்கெல்லாம் படித்து முடித்தபிறகு, இது போதும் என்று நினைக்காமல் வட இந்தியாவுக்குச் சென்று அங்கே இருந்த உலகப்புகழ்பெற்ற தேவ்பந்தின் 'தாருல் உலூம்' பல்கலைக் கழகத்திலும் படிக்க விரும்பினார்கள். இந்த ஆசையோடு அவர்கள் வட இந்தியாவை நோக்கிச்சென்றபோது அவர்களுக்கு வயது பதினேழுதான்!

'வித்ரிய்யா'வும் யாஸீன் நாயகமும்

அப்போது லாகூரில் 'லாகூர் பல்கலைக்கழகம்' என்ற பெயரில் ஒரு இஸ்லாமியப் பல்கலைக்கழகம் இயங்கிக் கொண்டிருந்தது. 1999-ல் தொடங்கப்பட்ட லாகூர் பல்கலைக்கழகம் அல்ல இது. இது அதற்கு முந்தையது. 1950-கள் அல்லது 1960-களில் இயங்கி வந்தது. அங்கேபோய், நான் இங்கே சேரவந்திருக்கிறேன் என்று யாஸீன் நாயகம் சொன்னவுடன் அங்கிருந்த பேராசிரியர் ஒருவர், தென்னிந்தியாவில் யாராவது அரபியில் புலவர்கள் உண்டா, அவர்கள் ஏதாவது அரபிக்கவிதை எழுதியுள்ளார்களா, அப்படி ஏதாவது இருந்தால் ஒன்றைச்சொல்லுங்கள் என்று கேட்டிருக்கிறார். அந்தக்கணமே தனக்கு மனப்பாடமாக இருந்த ஒரு அரபிக்கவிதையை யாஸீன் நாயகம் அவர்கள் சொல்ல ஆரம்பித்தார்கள். அப்பாடலின் பொருள் செறிவிலும் அழகிலும் மயங்கிய அந்தப் பேராசிரியர், இது யார் எழுதியது என்று கேட்டார்.

'இது நம் அருமை நாயகம் ஸல்லல்லாஹு அலைஹிவஸல்லம் அவர்களைப் புகழ்ந்து எழுதப்பட்ட பேரிலக்கியமாகும். ஆரம்பத்தில் இரண்டு அடிகள் மட்டும் இருந்த இப்பாடலில் மேலும் மூன்றடிகள் சேர்த்து ஐந்தடிகளாக மாற்றப்பட்ட ஒரு கவிதையாகும் இது. (இப்படிச்செய்வதற்கு 'தஹ்மீஸ்' என்று பெயர்). இதை தஹ்மீஸாக மாற்றியவர் தென்னிந்தியாவிலே உள்ள கீழக்கரை எனும் ஊரிலே வாழ்ந்த பரிபூரண இறைநேசரும் மாபெரும் ஞானியுமாகிய சதகத்துல்லாஹ் அப்பாவாகும்' என்று யாஸீன் நாயகம் பதில் சொன்னார்கள்.

'இப்படிப் பாடக்கூடிய கவிஞர்கள் இன்றும் தென்னாட்டில் இருக்கிறார்களா?' என்று ஆச்சரியத்துடன் அந்தப் பேராசிரியர் கேட்டார். 'ஆம் இருக்கிறார்கள்' என்று சொன்ன யாஸீன் நாயகம் சட்டென்று இன்னொரு அழகான கவிதையைப் பாடி முடித்தார்கள்.

அதைக்கேட்டு ஆச்சரியப்பட்ட அந்தப்பேராசிரியர், 'இது யார் எழுதிய கவிதை?' என்று கேட்க, 'இதோ உங்கள் முன்னால் நின்றுகொண்டிருக்கிற நான் எழுதிய கவிதைதான் இது' என்று சொல்லாமல், அந்த அர்த்தம் வருமாறு இன்னொரு பாடலை சட்டென்று பாடினார்கள்!

அதைக்கேட்டு அசந்துபோய் நின்றுவிட்ட அந்தப்பேராசிரியர், 'மாஷா அல்லாஹ், நீங்கள் இங்கு கற்றுக்கொள்ளவேண்டியது ஒன்றுமில்லை. ஆனாலும் மத ஆராய்ச்சி, தர்க்கம் இவற்றுக் கெல்லாம் தனிப்பிரிவுகள் உள்ளன. அதில் சேர்ந்து நீங்கள் படிக்கலாம்' என்று கருத்து சொன்னார்.

அவர் சொன்னதுபோலவே, அங்கு ஓராண்டு தங்கிப்படித்த யாஸீன் நாயகம் 'லாகூர் மௌலவி ஃபாஸில்' என்ற சிறப்புப் பட்டத்தையும் அப்பல்கலைக்கழகத்திலிருந்து பெற்றார்கள்.

தாருல் உலூம் தேவ்பந்த்தில்

லாகூரில் படித்து முடித்தபிறகு அங்கிருந்த பேராசிரியர்கள் தேவ்பந்தில் உள்ள உலகப்புகழ் பெற்ற 'தாருல் உலூம்' பல்கலைக்கழகத்துக்குச் சென்று மேற்படிப்பு படிக்குமாறு ஆலோசனை வழங்கினார்கள். இந்தியாவைப் பொறுத்தவரை உத்திரப்பிரதேசத்திலுள்ள தேவ்பந்த் பல்கலைக்கழகத்தில் படித்து மார்க்க அறிஞர் என்று பட்டம் பெறுவது ஒரு கௌரவமான விஷயமாகும்.

அங்கே சென்ற யாஸீன் நாயகம் அங்கேயும் படித்துப் பட்டம் பெற்றார்கள். அது 1918-ம் ஆண்டு. அப்போது அவர்களுக்கு வயது பதினெட்டுதான். தேவ்பந்தில் படித்துப் பட்டம் பெறுபவர்களுக்கு இஸ்லாமிய சமுதாயத்தில் மிகுந்த மதிப்பும் மேன்மையும் கொடுப்பட்டன. இந்தியாவில் மட்டுமல்லாது உலக அளவிலும் அப்பல்கலைக்கழகம் புகழ்பெற்றதாக இருந்தது. யாஸீன் நாயகம் படிக்கச்சென்ற அந்தக் காலத்திலேயே ஆறாயிரம் மாணவர்கள் அங்கு பயின்றனர் என்றால் அதன் புகழையும் பெருமையையும் யூகிக்கலாம். பேராசிரியர்கள் மட்டுமே நானூறு பேர்கள் பயிற்றுவித்தனர். அதில் பலர் பல துறைகளிலும் விற்பன்னர்களாகவும், கலைக் களஞ்சியங்களாகவும் இருந்தனர்.

அப்பல்கலைக்கழகத்தில் முஹத்திஸ்கள் (நபிமொழிக்கலை விற்பன்னர்கள்), முஃபஸ்ஸிர்கள் (விரிவுரையாளர்கள்), முஃப்திகள் (நீதி வழங்கும் தகுதி படைத்த குறிப்பிட்ட துறை விற்பன்னர்கள்), காரிகள் (திருமறையை அழகாக ஓதக் கூடியவர்கள்) என பலவகைப்பட்ட பேராசிரியர்களும், குறிப்பிட்ட துறைசார்ந்த விற்பன்னர்களும் நிறைந்திருந்தனர். சிறப்பு வாய்ந்த அந்தக் கல்விக்கூடத்துக்குப் பெரும் தனவந்தர்களும், நவாபுகளும் நிதியுதவி வழங்கிவந்தனர்.

அரபி மொழியில் அந்தக் காலகட்டத்தில் யாஸீன் நாயகத்தை விட அதிகம் தெரிந்தவர்கள் அங்கே யாருமிருக்கவில்லை. 'மௌலவி ஃபாசிலே அ'உலா' என்ற பட்டத்தையும் அவர்கள் அங்கே பெற்றுக்கொண்டார்கள்.

ஒரு சிறந்த மாணவருக்குள் எப்போதுமே ஒரு ஆசிரியர் இருக்கத்தானே செய்வார்? யாஸீன் நாயகத்தின் போதிக்கும் திறமை மேலப்பாளையம் மத்ரஸாவிலேயே நிரூபிக்கப் பட்டதுதானே! தேவ்பந்தின் 'தாருல் உலூம்' பல்கலைக் கழகத்திலும் கொஞ்சகாலம் மத்ஹப்கள் எனப்படும் ஷாஃபியி, ஹனஃபி, ஹம்பலி, மாலிக்கி ஆகிய தொழுகைசார்ந்த நெறிமுறைகளை விளக்கும் பேராசிரியராக கொஞ்சகாலம் யாஸீன் நாயகம் பணியாற்றினார்கள்.

தப்லீக் இயக்கம் அன்றும் இன்றும்

அந்தக் காலகட்டத்தில் இஸ்லாத்தைப் பரப்புவதற்காக உருவாக்கப்பட்ட ஓர் இயக்கம் தப்லீக் என்பதாகும். பின்னர் அது உலகம் முழுவதும் பரவியது. அதன் ஸ்தாபகரான மௌலவி முஹம்மது இல்யாஸ் என்பவரும் தேவ்பந்த் 'தாருல் உலூம்' பல்கலைக்கழகத்தில் படித்தவர்தான். யாஸீன் நாயகம் அங்கு படித்த காலத்தில் மௌலவி இல்யாஸையும் சந்தித்துள்ளார்கள்.

யாஸீன் நாயகத்தைச் சந்தித்த இல்யாஸ், தான் 'தப்லீக்' என்றொரு இயக்கத்தைத் தொடங்கப்போவதாகவும், அதற்கு உங்கள் ஆதரவு தேவை என்றும் கேட்டிருக்கிறார். அந்த இயக்கத்தில் நோக்கங்கள், லட்சியம் என்னவென்று யாஸீன் நாயகம் கேட்டிருக்கிறார்கள். அப்போது அவர் சொன்ன பதில் அவர்களுக்குத் திருப்தியாகவே இருந்துள்ளது. இஸ்லாத்தின் தாத்பரியத்தை முஸ்லிம்களுக்கு எடுத்துரைக்கவும்,

வறுமையைப் போக்கி வாழவைக்கவும், உதவிகள் செய்வதும்தான் நோக்கம் என்று அவர் கூறியுள்ளார். அவர் சொன்னது நல்லதுதான் என்று எண்ணிய யாஸீன் நாயகம் அவரோடு இணைந்து அவருக்கு உதவியாக இருந்துள்ளார்கள். ஒருகட்டத்தில் அப்பணிக்காக கல்லடிகள்கூட பட்டிருக்கிறார்கள் என்று கூறுகிறது அவர்களது வரலாறு.

ஆனால் 'தப்லீக்' இயக்கத்தின் நோக்கங்கள் காலம் செல்லச் செல்ல மாறுபாடு அடைந்துகொண்டே சென்றுவிட்டன. 'தப்லீக்' தொடர்பான நூல்களை வாசித்தால் ஆரம்ப நோக்கம் ஒன்றாகவும் அது இப்போது வேறு திசையில் சென்று கொண்டிருப்பதையும் யாரும் புரிந்துகொள்ள முடியும். இஸ்லாமிய சட்டமான 'ஷரியத்'தின் கோட்பாட்டுக்கும் இன்றைய தப்லீகின் கோட்பாட்டுக்குமிடையில் நிறைய முரண்பாடுகள் உள்ளதை சிந்திப்பவர் நிச்சயம் கண்டுகொள்ளலாம்.

உதாரணமாக 1964-ல் இலங்கை வெலிகாமம் என்ற நகரில் நடந்த ஒரு நிகழ்வை உதாரணம் காட்டலாம். அதை யாஸீன் நாயகமே உதாரணமாகச் சொல்லியுள்ளார்கள். அப்போது வெலிகாமம் ஜும்'ஆ பள்ளிவாசலுக்கு ஒரு 'தப்லீக்' கூட்டம் வந்துள்ளது. யாஸீன் நாயகத்தின் வீட்டுக்கு ஒருவர் வந்து, நாங்கள் 'தப்லீக் ஜமா'அத்'தார் வந்துள்ளோம், பள்ளிவாசலுக்குக் கொஞ்சநேரம் நீங்கள் வந்துபோகவேண்டும் என்று கேட்டுக்கொண்டார். ஆலிம்கள் (மார்க்க அறிஞர்கள்) வந்துள்ளார்களா என்று யாஸீன் நாயகம் கேட்டதற்கு, ஆம், ஒருவர் வந்துள்ளார் என்றும் தாங்கள் பாகிஸ்தானிலிருந்து வந்திருப்பதாகவும் அவர் பதில் சொல்லியுள்ளார். வண்டி அனுப்பினால் வரமுடியும் என்று யாஸீன் நாயகம் சொல்லவும், வண்டி வந்தது. வண்டியில் சென்ற யாஸீன் நாயகம் சற்று நேரத்துக்கெல்லாம் திரும்பி வந்துவிட்டார்கள்.

தம் அருகில் நின்றுகொண்டிருந்த தன் இளைய மகனாரிடம், 'மகன், பள்ளிக்கு உள்ளே நிறைய உர்து மொழியில் பிரசங்கம் செய்கிறார்கள். அதில் நிறைய வஹ்ஹாபியத்தைப் பேசுகிறார்கள்' என்று கவலையோடு கூறிக்கொண்டே தன் அறைக்குச் சென்றார்கள்.

யாஸீன் நாயகத்தின் மன உளைச்சலுக்குக் காரணம் 'தப்லீக்' இயக்கத்தினர் உர்து மொழியில் பேசியதல்ல. ஆனால் அந்த

மொழியில் 'வஹ்ஹாபியம்' பேசியதுதான். அப்படியானால் 'வஹ்ஹாபியம்' என்பது என்ன என்று கொஞ்சம் தெரிந்துகொள்ள வேண்டுமல்லவா?

வஹ்ஹாபியம்

முஹம்மது இப்னு அப்துல் வஹ்ஹாப் என்பவர் 18-ம் நூற்றாண்டில் தொடங்கிய ஒரு இயக்கம் அது. இஸ்லாத்தைச் சுத்தப்படுத்துவதாகக் கூறிக்கொண்டு தொடங்கப்பட்ட இயக்கம். இந்த இயக்கத்தின் பிரதானமான எதிர்ப்பு முஸ்லிம் ஞானிகளுக்குக் கொடுக்கும் மரியாதை தொடர்பானது.

இறந்துபோய்விட்டவர்களின் அடக்கஸ்தலங்களுக்கு விஜயம் செய்யக்கூடாது, அதற்கு மரியாதை செய்யக்கூடாது, அவர்களிடம் எதையும் கேட்கக்கூடாது என்பதெல்லாம் இவர்களுடைய கருத்து. வஹ்ஹாப் என்பவர் மூலமாக இது தொடங்கியதால் இது வஹ்ஹாபியம் என்று அறியப்படுகிறது.

வஹ்ஹாபியம் இக்காலத்தில் பல பெயர்களை எடுத்துள்ளது. தவ்ஹீத் இயக்கம், சலஃபி இயக்கம் என்றெல்லாம் பல பெயர்களில் அது தமிழ்நாடெங்கும் பரவியுள்ளது. பத்துப் பதினைந்து ஆண்டுகளுக்கு முன் தமிழ்நாட்டில் வேகமெடுத்த இவ்வியக்கங்கள் பாரம்பரியமான இஸ்லாமிய கலாச்சார நடவடிக்கைகளை கேள்விக்குரியதாக்கி, மௌலிது, ராத்தீபு (இறைத்தூதர்கள், இறைநேசர்கள் மீதான புகழ்ப்பாக்களைப் பாடுதல்) ஓதுதல் போன்ற இறைவனின் அருளைப் பெற்றுத்தரக்கூடிய பல நல்ல காரியங்களை வஹ்ஹாபியம் தடுத்து வைத்துள்ளது. ஒருவகையில் ஏழைகளின் வயிற்றில் அடித்துள்ளது என்று சொல்லவேண்டும். ஏனெனில் மேற் கூறப்பட்ட மௌலிது, ராத்தீபு போன்ற பக்திப்பூர்வமான காரியங்களைச் செய்து முடித்தபிறகு ஒரு தெருவில் உள்ள எல்லா வீடுகளுக்கும் 'தப்ரூக்' என்ற பெயரில் கொடுக்கப்படும் சோறு, இனிப்பு போன்ற தின்பண்டங்கள் தடுக்கப்பட்டு விட்டன. இதன் காரணமாக ஏழைகள்தான் கஷ்டப்படுகின்றனர்.

அதுமட்டுமன்று. ஒரு சின்ன விஷயத்தில்கூட சமுதாயத்தில் ஒற்றுமை இல்லாமல் போவதற்கும் இது காரணமாகியுள்ளது. இவ்வியக்கங்கள் தோன்றுவதற்கு முன்பு இன்று நோன்புப் பெருநாள் என்று சென்னையில் உள்ள தலைமைக்காஜி

அறிவித்துவிட்டால் தமிழ்நாடெங்கும் அன்றுதான் அது கொண்டாடப்படும். ஆனால் இன்று நிலைமை வேறு. நீங்கள் சொல்வது தவறு, நாங்கள் சொல்வதுதான் சரி என்று ஒருநாளைக்கு முன்பே இவ்வியக்கத்தினர் நோன்புப் பெருநாளைக் கொண்டாடிவிடுகின்றனர்.

அன்றாடம் செய்யவேண்டிய ஐந்துவேளைத் தொழுகைக்காக அழைப்புகூட பல ஜமா'அத்துகளில் ஒரு சில நிமிட வித்தியாசங்களில் செய்யப்படுகிறது. இதனால் ஒரு தெருவில் மூன்று வஹ்ஹாபிய ஜமா'அத்துக்கள் இருந்தால், ஒரு நேரத்தொழுகைக்கு மூன்று வித்தியாசமான நேரங்களில் தொழுகைக்கான அழைப்பு கொடுக்கப்படுகிறது! இது பொது மக்களை அவதிப்படுத்தவும், பிரிவினையை ஏற்படுத்தவுமே பயன்படுகிறது.

இந்த மாதிரியெல்லாம் நடக்கும் என்று உணர்ந்துதானோ என்னவோ யாஸீன் நாயகம் இதுபற்றித் தன் மகனாரிடம் வருத்தமாகக் கூறினார்கள்.

ஆனாலும் இறைநேசர்களின் அடக்கஸ்தலங்களுக்கு வரும் கூட்டம் மட்டும் அதிகரித்துக் கொண்டேதான் உள்ளது! இஸ்லாம் உலகளாவப் பரவி விரவியிருப்பதற்குக் காரணமே இறைநேசர்கள்தான். அஜ்மீரில் மறைந்து வாழ்ந்து கொண்டிருக்கும் இறைநேசர் க்வாஜா முயீனுத்தீன் சிஷ்தி மட்டுமே கிட்டத்தட்ட ஒரு கோடிப்பேரை இஸ்லாத்துக்குக் கொண்டுவந்திருக்கிறார்கள்! இன்றைய வஹ்ஹாபிகளின் தாத்தாக்களும் கொள்ளுத்தாத்தாக்களும் அதில் நிச்சயம் இருப்பார்கள்!

இது ஒரு அகந்தை விளையாட்டு. தாங்கள் புரிந்துகொண்டது மட்டுமே சரி என்று நிலைநாட்ட விரும்புகின்ற அகந்தையின் வேலைதான் புதிதாக முளைத்த, முளைத்துக்கொண்டிருக்கும் காளான்களைப்போன்ற இயக்கங்களாகும். இறைநேசராக இருந்தாலும், இறைத்தூதராக இருந்தாலும் இறந்தவர்களிடம் யாரும் எதையும் கேட்கக்கூடாது. ஏனென்றால் அவர்களால் கொடுக்க முடியாது. வஹ்ஹாபி இயக்கத்தினரின் பிரதானமான வாதம் இதுதான்.

சூஃபிகளின் பார்வையில் ஞானிகள் இறந்தவர்கள் அல்ல. உடலால் மறைந்த பின்னும் வாழ்ந்துகொண்டிருப்பவர்கள். ஒரு

வாதத்துக்காக வஹ்ஹாபிய கருத்தை எடுத்துக்கொண்டாலுமே, கொடுப்பவன் இறைவன்தான். மனிதர்கள் யாரும் கொடுப்பதில்லை என்ற கருத்தை அவர்களும் ஏற்றுக் கொள்கின்றனர்.

அப்படியானால் இறந்துவிட்டதாக நினைக்கப்படும் இறை நேசர்களிடம் கேட்டாலும் கொடுப்பவன் இறைவன்தானே? அவர்கள் இறந்துவிட்டவர்கள் என்று ஒரு வாதத்துக்காக வைத்துக்கொண்டால் கூட, இறந்துபோனவர்கள் மூலமாக இறைவனால் கொடுக்கமுடியாதா? அப்படிக் கொடுக்க முடியாது எனில் அவனது எல்லைகளற்ற சக்திக்கு ஒரு அளவு வந்துவிடுகிறதல்லவா! எல்லாம் வல்ல ஏகன் என்று சொல்லமுடியாமல் போய்விடுமல்லவா? இறந்து போனவர்கள் மூலமாக என்னால் கொடுக்கமுடியாது என்று திருக்குர்'ஆனிலோ திருநபியின் மொழிகள் மூலமாகவோ எங்காவது இறைவன் கூறியிருக்கிறானா? அப்படிக் கூறியிருந்தால் குறிப்பிட்ட எல்லைகளுக்குள் மட்டுமே செயல்பட முடியும் சக்திக்கு சொந்தக்காரன் எப்படி எல்லாம் வல்ல இறைவனாக இருக்க முடியும்!

சொந்தமாகவும், ஆழமாகவும் சிந்தித்துப் பார்க்கும்போது வஹ்ஹாபிய சிந்தனை தர்க்க ரீதியாகக்கூட அடிபட்டுப் போய்விடுகிறது. ஆனால் சாதாரண மனிதர்களை, பத்தில் எட்டுப்பேரைக் குழப்ப அது போதுமானதாக உள்ளது. அதனால்தான் தன் மகனாரிடம் யாஸீன் நாயகம் ரொம்ப வருத்தப்பட்டு அந்த செய்தியைக் கூறினார்கள்.

சரி போகட்டும். மூன்று ஆண்டுகள் தாருல் உலூமில் பயின்ற யாஸீன் நாயகம் அவர்கள் பின்னர் 'தானாபவன்' என்ற கலைக்கூடத்துக்குச் சென்றார்கள். அங்கே உலகப்புகழ்பெற்ற 'பெஹஷ்தி ஜேவர்' (சொர்க்கத்து ஆபரணங்கள்) என்ற நூலை எழுதிய சூஃபி அறிஞரும் எழுத்தாளருமான அஷ்ரஃப் அலீ தானவியைச் சந்தித்தார்கள். 1921-ல் தென்னிந்தியாவுக்குத் திரும்பி வந்தார்கள்.

5

திருமணங்கள்

வட இந்தியா சென்று அங்கு உலகப்புகழ்பெற்ற தேவ்பந்தின் 'தாருல் உலூம்' பல்கலைக்கழகத்தில் படித்துப் பட்டமும் பெற்று, சிலகாலம் அங்கேயே பேராசிரியராகவும் பணியாற்றிவிட்டு தமிழ்நாட்டுக்குத் திரும்பினார்கள் அல்லவா யாஸீன் நாயகம்? அரபி மொழியின்மீதான அவர்களது பாண்டித்தியம் அப்போது உச்சத்தை அடைந்திருந்தது என்றே சொல்லவேண்டும்.

வயது அப்போது அவர்களுக்கு இருபத்தொன்றுதான். இளைஞர். திருமணம் செய்யவேண்டிய வயது. திருமணம் செய்வது நபிகள் நாயகம் அவர்களின் வழிமுறைகளில் ஒன்று. எனவே ஏற்கனவே குறிப்பிட்ட திருமுல்லைவாசல் என்ற ஊரில் வாழ்ந்து வந்த காஜி ஷெய்கு ஃபரீதுத்தீன் பக்ரிய் என்ற பெரியாருடைய இரண்டாவது மகளான ஃபாத்திமா பீவி என்ற பெண்ணை யாஸீன் நாயகம் திருமணம் செய்துகொண்டார்கள்.

கீழக்கரையில் வாழ்ந்த மாபெரும் ஞானி ஷெய்கு சதக்கத்துல்லாஹ் அப்பாவின் பரம்பரையானது நபிகள் நாயகத்தின் ஆருயிர்த்தோழரும், மாமனாரும், இஸ்லாத்தின் முதல் கலீஃபாவுமான ஹஸ்ரத் அபூபக்கர் அவர்களின் குடும்பத்தின் வம்சாவழித்தொடரில் வருவதாகும். லாகூர்

பல்கலைக்கழகத்தில் சேர்வதற்குமுன் அங்கிருந்த பேராசிரியர்களின் விருப்பத்துக்கு இணங்க சதக்கத்துல்லாஹ் அப்பாவின் 'வித்ரிய்யா'விலிருந்து ஐந்தடிகளை எடுத்து யாஸீன் நாயகம் சொன்னதைப் பற்றி ஏற்கனவே பார்த்தோம். யாஸீன் நாயகமவர்களின் மனைவி பீவி ஃபாத்திமா அவர்களின் பரம்பரை ஷெய்கு சதக்கத்துல்லாஹ் அப்பாவின் வம்சாவழித்தொடரில் வருவதாகும். அதாவது ஹஸ்ரத் அபூபக்கர் அவர்களோடு போய்ச்சேருகிறது பீவி ஃபாத்திமா அவர்களின் குடும்ப வம்சாவழித்தொடர்.

ஹிஜ்ரி 1340-ம் ஆண்டு, ரபிய்யுல் ஆஹிர் பிறை 25-ல், 1921, டிசம்பர் 26 அன்று ஃபாத்திமா பீவி அவர்களுக்கும் யாஸீன் மௌலானா நாயகத்துக்கும் திருமணம் நடந்தேறியது. அப்போது யாஸீன் நாயகத்துக்கு வயது இருபத்திரண்டு. இத்தம்பதியினருக்கு ஐந்து பிள்ளைகள் பிறந்தனர். மூன்று ஆண் மக்களும் இரண்டு பெண் மக்களும். அதில் இரண்டு ஆண் குழந்தைகள் சிறுவயதிலேயே இறைவனடி சேர்ந்துவிட்டார்கள். அந்த இரண்டு பெண்மக்களும் தன் குடும்பத்தாரோடு திருமுல்லைவாசலில்தான் வாழ்ந்துவருகிறார்கள். மூத்த மகளாரை ஆலி ஜனாப் ஸய்யித் மஸ்ஊத் மௌலானா அல் ஹாதி அவர்களுக்கும் இளைய மகளாரை ஆலி ஜனாப் ஸய்யித் நூருல் அமீன் மௌலானா அல் ஹாதி அவர்களுக்கும் திருமணம் செய்து வைத்தார்கள். இவர்களுக்கு ஆண்பிள்ளைகளும் பெண் பிள்ளைகளும் உள்ளனர். இரண்டு மருமகன்களுமே இப்போது உயிருடன் இல்லை. மூத்த மருமகனார் சில நாட்களுக்கு முன்புதான் மறைந்தார்கள் என்பதை ஏற்கனவே குறிப்பிட்டேன்.

நான் திருமணமாகி திருமுல்லைவாசலுக்கு மருமகனாகச் சென்றபோது யாஸீன் நாயகம் அவர்களின் அருமை மனைவி ஃபாத்திமா பீவி அவர்கள் வாழ்ந்துகொண்டிருந்தார்கள். அப்போது அவர்கள் எண்பதுகளில் இருந்திருக்கவேண்டும். அவர்களை குடும்பத்ினரும் ஊரில் உள்ளவர்களும் மரியாதையாக 'ஆச்சா' என்று அழைத்தார்கள். அந்த வயதில் அவர்களால் தெளிவாகப் பார்க்க இயலாது. ஆனால் எதிர்வீட்டிலிருந்த நான் அவர்களைப் பார்க்கச் சென்ற போதெல்லாம் மிகச் சரியாக, 'வாங்க மாப்பிள்ளை' என்று என்னை அழைப்பார்கள்!

தனக்கு எதிரில் யாரோ இருப்பது மாதிரி யாரோடோ அவர்கள் பேசிக்கொண்டே இருந்ததை நான் பலமுறை பார்த்திருக்கிறேன். ஆனால் அப்போது அருகே யாருமே இருக்கவில்லை. இப்போது நான் அதைப்பற்றி யோசித்துப் பார்க்கிறேன். அவர்கள் கண்களுக்கு மட்டும் சிலர் தெரிவார்கள்போலும். அனேகமாக 'மலாயிகத்' எனும் வானவர்களாக அவர்கள் இருந்திருக்கலாம். மாபெரும் இறைநேசரின் வாழ்க்கைத் துணைவி என்பது சாதாரண பேறல்லவே! அவர்களும் மிகுந்த கராமத் (அற்புதம் நிகழ்த்தும் ஆற்றல்) உடையவர்களாகவே இருந்துள்ளார்கள்.

ஆச்சா மீது ஊரே மிகுந்த மரியாதை வைத்திருந்தது. திருமணங்கள் நடக்கும்போது மாப்பிள்ளையையும் பெண்ணையும் ஊஞ்சலில் உட்கார வைத்து கிண்டல், கேலிப்பாடல்களை ஊரில் உள்ள பெண்கள் பாடுவார்கள். அப்பாடல்களில் ஊரில் உள்ள தெரிந்த ஜோடிகள் எல்லாரையும் கிண்டல் செய்வார்கள். எனக்கும் அப்படிச் செய்தார்கள். அப்போது ஆச்சாவைப் பற்றிப்பாடுங்கள் என்று யாரோ ஒரு பெண் சொன்னார். ஆனால் பாடல் பாடியவர்கள் ஆச்சாவைப்பற்றி மட்டும் அப்படியெல்லாம் பாடமுடியாது என்று சொல்லி மறுத்துவிட்டார்கள்.

ஆச்சாமீது ஊர் வைத்திருந்த அதீத மரியாதையை என்னால் அப்போது உணர்ந்துகொள்ள முடிந்தது. தனது 90-ம் வயதில் 19.07.2003 அன்று ஆச்சா இறந்துபோன பிறகு யாஸீன் நாயகம் அடக்கமாகியுள்ள தர்காவிலேயே அவர்களும் அடக்கம் செய்யப்பட்டார்கள்.

இரண்டாவது திருமணம்

யாஸீன் நாயகத்தின் தந்தையார் ஜமாலிய்யா மௌலானா அவர்களுக்கு தன் மகனாருக்குத் திருமணம் செய்வது தொடர்பாக வேறுகருத்து இருந்தது. ஜமாலிய்யா மௌலானா அவர்களின் குடும்பத்தைச் சேர்ந்தவர்கள் இலங்கையில் வாழ்ந்து வந்ததால், தன் குடும்பத்தினரின் பெண்மக்களில் ஒருவரைத் தன் மகன் திருமணம் செய்துகொள்ள வேண்டுமென்று ஜமாலிய்யா மௌலானா விரும்பினார்கள். தன் விருப்பத்தைத் தன் மகனுக்குத் தெரிவித்தார்கள்.

தந்தையாரின் விருப்பத்தை மகனாரால் தட்டமுடியவில்லை. திருமணம் தொடர்பாக இஸ்லாம் கொடுத்திருந்த அனுமதி மட்டும் அதற்குக் காரணமாக இருந்திருக்க முடியாது. தந்தையின் மீதான மரியாதை, அவர்களது கோபத்துக்கு இலக்காகி விடக்கூடாது என்ற முன்னெச்சரிக்கை - இவையெல்லாம்கூட யாஸீன் நாயகம் அவர்கள் அத்திருமணத்துக்கு ஒத்துக் கொண்டதற்குக் காரணங்களாக இருந்திருக்கலாம். அல்லது தன் நெற்றியில் எழுதப்பட்டதை முன்கூட்டியே அவர்கள் அறிந்திருக்கலாம்.

எனவே சங்கைமிகு தந்தையாரின் விருப்பப்படி யாஸீன் நாயகம் தான் பிறந்த நாடான இலங்கைக்குச் சென்றார்கள். அங்கே மாத்தறை மாவட்டத்தின் வெலிகாமம் பகுதியில் இருந்த வெலிப்பிட்டி என்ற ஊரில் அஸ்ஸையித் தாஸீன் மௌலானா அல் ஹாஷிமிய் என்ற பெரியவர் வாழ்ந்து வந்தார். ஜமாலிய்யா மௌலானா அவர்களைப்போலவே தாஸீன் மௌலானாவும் ஞானிகளின் தலைவரான முஹ்யித்தீன் அப்துல் காதிர் ஜீலானி கௌதுநாயகம் அவர்களின் பரம்பரையில் தோன்றியவர். அதாவது நபிகள் நாயகம் மற்றும் கௌதுநாயகம் அவர்களின் வம்சாவழித்தோன்றல். அதுமட்டுமல்ல. அற்புதங்கள் நிகழ்த்திய ஒரு இறைநேசராகவும் தாஸீன் மௌலானா இருந்துள்ளார். அவருக்கு இரண்டு ஆண் பிள்ளைகளும் நான்கு பெண் பிள்ளைகளும் இருந்தனர்.

மூத்த மகளான சையிதா சஹர்வான் கண்ணே என்ற பெண்ணை யாஸீன் நாயகத்துக்குத் திருமணம் செய்துகொடுக்கப்பட்டது. அப்போது யாஸீன் நாயகத்துக்கு வயது இருபத்தி நான்கு. திருமணம் முடித்த ஆண்டு ஹிஜ்ரி 1342, ஜமாத்துல் ஆஹிர் மாதம், பிறை 19. அதாவது 1924, ஜனவரி 24. ஹிஜ்ரி சந்திரக்கணக்கு, மற்றது சூரியக்கணக்கு. எனவே ஓரிரு நாட்கள் வித்தியாசப் படலாம்.

இத்திருமணத்தின் மூலமாக யாஸீன் நாயாகத்துக்கு நான்கு குழந்தைகள், மூன்று மகன்களும் ஒரு மகளும், பிறந்தனர். அவர்கள்:

- ஜமாலிய்யா சையித் அலீ ஜெய்னுல் ஆபிதீன் மௌலானா அல்ஹாஷிமிய்

- ஜமாலிய்யா சையித் கலீல் அவ்ன் மௌலானா அல் ஹாஷிமிய்
- சையிதா அதுஹரிய்யா குறைஷ் கண்ணே
- ஜமாலிய்யா சையித் ஸாஜித் அலீ மௌலானா அல் ஹாஷிமிய்

இவர்களுள் மூன்றாவது மற்றும் நான்காவது பிள்ளைகள் சிறுபிராயத்திலேயே இறையடி சேர்ந்தார்கள். இரண்டாவதாகப் பிறந்த ஆண் பிள்ளைதான் இன்றுவரை யாஸீன் நாயகத்தின் ஆன்மிக வாரிசாகவும், வாழ்ந்துகொண்டிருக்கும் இறை நேசராகவும் இருப்பவர்கள். நாங்கள் அவர்களை வாப்பா நாயகம் என்று மரியாதையுடனும் அன்புடனும் அழைப்போம். இந்நூல் அவர்களுக்குத்தான் சமர்ப்பிக்கப்பட்டுள்ளது.

வாப்பா நாயகமவர்கள் மூலமாக என் வாழ்க்கையின் மிகமுக்கியமான சில கட்டங்களில் சில அற்புதங்கள் நிகழ்ந்துள்ளன. ஒருவர் என் குடும்பத்துக்கு ரொம்ப தொல்லை கொடுத்துக் கொண்டிருந்தார். ஒரு விஷயத்தை முடிவுக்குக் கொண்டுவருவதற்காக அவர் தயவை நாடவேண்டியிருந்தது. அவர் இல்லாவிட்டால் பிரச்சனை முடிந்துவிடும். ஆனால் அவர் இருந்தால் அவர் ஒத்துழைப்போடுதான் பிரச்சனையைத் தீர்க்க முடியும் என்ற சூழ்நிலை. எங்களிடம் அவர் மூன்று மாதம் தவணை கேட்டிருந்தார். அந்தத் தவணையைக் கொடுக்கலாமா என்று வாப்பா நாயகம் அவர்களிடம் கேட்டோம். ‘கொடுங்கள், ஒரு மாதத்திலேயே எல்லாம் சரியாகிவிடும்’ என்று சொன்னார்கள். நான் நாட்களை எண்ணிக்கொண்டிருந்தேன். மிகச்சரியாக 31-வது நாள் பிரச்சனை கொடுத்த அந்த நபர் ஊரைவிட்டே ஓடிப்போனார்!

இறைவனின் இறுதித்தூதர் முஹம்மது நபியவர்களின் பரம்பரையில் வரும் ஞானிகளின் வாக்குக்கு இறைவன் எத்தகைய ஆற்றலையும் மகத்துவத்தையும் கொடுத்துள்ளான் என்பதை என் அனுபவத்தில் நான் அறிவேன். யாஸீன் நாயகத்தின் மகிமையை உணர்ந்துகொள்ள இது நிச்சயம் உதவும். புலிக்குப் பிறந்தது பூனையாகாது என்பார்கள். ஒரு ஞானிக்குப் பிறந்த குழந்தையும் ஞானியாகாமால் போகாது என்பதற்கு இது ஒரு நல்ல உதாரணம்.

6

ஆக்கங்கள்

யாஸீன் நாயகம் அவர்கள் எழுதிய படைப்புகள் பல என்பது மட்டுமல்ல பல வகைப்பட்டவையும்கூட. கவிதை, தத்துவார்த்தக் கவிதை, பாமாலைகள், விளக்க உரை, தமிழ் அரபி மொழி அகராதி - இப்படி நிறைய உண்டு. சஹீஹ் புகாரி நபிமொழித்தொகுப்புக்கு அவர்கள் அரபியில் எழுதிய விளக்க உரையை மட்டும் தமிழில் கொண்டு வந்தால் ஆயிரம் பக்கங்களுக்கு மேல் அது வரும். அவற்றைப்பற்றிய ஒரு சிறு குறிப்பு மட்டுமே இங்கே கொடுக்க முடியும்.

யாஸீன் நாயகத்தின் ஆக்கங்கள் பெரும்பாலும் அரபி மொழியிலேயே எழுதப்பட்டுள்ளன. சில முக்கியமான நூல்கள் வாப்பா நாயகம் அவர்களால் தமிழாக்கம் செய்யப்பட்டுள்ளன. தமிழில் ஒருசில பாமாலைகள் எழுதப்பட்டுள்ளன. பக்திப் பாமாலை என்ற பெயரில் அது நூலாக வெளியிடப்பட்டது.

நபிகள் நாயகத்தைப்பற்றியும், அவர்களது குடும்பத்தினரைப் பற்றியும், குணங்குடி மஸ்தான் போன்ற ஞானிகளைப்பற்றியும் யாஸீன் நாயகம் அவர்கள் தமிழில் எழுதிய பாமாலைகளில் இருந்து கொஞ்சம் இங்கே கொடுக்கப்படுகிறது.

நபிகள் நாயகம் புகழ்ப்பா

கல்லாக்குல் அனாமின்
கண்ய ரஸூலைக்
காதலாய்த் துதிப்போம்

மாமணம் கமழ்மா
மக்காநபீ மஹ்
மூதரைப்பு கழ்வோம்

மக்காந கர்பிறந்து
மாமதினா வாழ்ந்த நபி
மிக்கதோர் மகிமையுள்ள
மேமகிபர் கைருன்நபி

காசினியோர் புகழும்
கற்பகத்தரு வானநபி
யாஸீனெனும் தாசனையாள்
யாஸனதீ கைருன்நபி

வானேழ் கடந்து சென்றோர்
வல்லானை கண்டு மீண்டோர்
தேனேர் மொழி நவின்றோர்
தேற்றும் ரிளர் ரஸூலி

அஞ்சாது பாபநாரில்
ஆழ்ந்தோ ரைநல் நஈமில்
மன்றாடி சேர்க்கும் வள்ளல்
மாமுஸ் தபர் ரஸூலி

இப்பாடலைக் கூர்ந்து கவனித்தால் முதல் இரண்டு அடிகள் பெரும்பாலும் தமிழிலும் இறுதி இரண்டு அடிகளில் தமிழ் அரபி இரண்டும் கலந்தும் உள்ளன என்பது புரியும். உதாரணமாக கைருன் நபி (மிகச் சிறந்த நபி), நார் (நெருப்பு, நரகம்), நஈம் (சுவனம்) ஆகிய அரபிச்சொற்கள் கலந்து இப்பாமாலை எழுதப்பட்டுள்ளது. இது அவர்களது எல்லாப்பாமாலைகளிலும் உள்ள பொதுவான தன்மையாகும்.

அந்தக் காலத்தில் தமிழ்ப்பாடல்கள் பல ஞானிகளால் இவ்விதம்தான் எழுதப்பட்டன. தக்கலை பீரப்பாவின் பாடல்கள், குணங்குடி மஸ்தான் சாஹிப் பாடல்கள் எல்லாமே

இப்படித்தான் இருக்கின்றன. தமிழ் முஸ்லிம்களுக்கு மிகவும் பரிச்சயமான, தமிழின் ஓர் அங்கமாகவே அவர்கள் எடுத்துக்கொண்ட சொற்களாகும் அவை. அப்படிப்பட்ட சொற்களைக்கொண்டு அர்வி என்றும் அரபுத்தமிழ் என்றும் சொல்லப்படும் மொழியில் நிறைய பக்தி இலக்கியங்கள் தமிழ்நாட்டு ஞானிகளால் படைக்கப்பட்டுள்ளன.

மேலே கொடுக்கப்பட்ட பாமாலையில் யாஸீன் என்பது அவர்களது பெயரைக் குறிக்கும். 'யாஸனதீ' என்றால் 'ஓ, என் ஆதரவே', 'ஓ, என் உதவியாளரே' என்ற பொருள் தரும். 'கைருன்னபி' என்றால் 'இறைத்தூதர்களில் ஆகச் சிறந்தவர்' என்று பொருள்.

இதுமட்டுமல்ல. கர்நாடக சங்கீத ராகத்திலும், தாளத்திலும் இறைத்தூதர் மீதும் ஞானிகள் கோமான் அப்துல் காதிர் ஜீலானி அவர்கள்மீதும் யாஸீன் நாயகம் அவர்கள் புகழ்ப்பாடல்கள் எழுதியுள்ளார்கள். உதாரணமாக, செஞ்சுருட்டி ராகத்தில் ஆதி தாளத்தில் நபிகள் நாயகத்தின் மீதும், தேசிகதோடி ராகத்தில் ஆதி தாளத்தில் ஞானிகள் கோமான் அப்துல் காதிர் ஜீலானி அவர்கள்மீதும் புகழ்ப்பாடல்கள் எழுதியுள்ளார்கள்.

ஃபாத்திமா நாயகி புகழ்ப்பா

எல்லா நபிகளிலும் சிறந்த
எங்கள் நபிமகளைப் புகழ்வோம்

அல்லாஹ் வினுத்தரவால் மகிழ்ந்து
அலியார் மணந்தோரைத் துதிப்போம்

எல்லார்க்கும் மாதாவாம் கதீஜா
ஏந்தலர் புத்திரியை உவப்போம்

பாவம் பொறுத்திடவே அல்லாஹ்வை
பாத்திமத்தின் பொருட்டால் அழைப்போம்

இதேபோல இரண்டு வரிப்பாடல்களாகவும் நான்கு வரிப்பாடல்களாகவும் அன்னை ஃபாத்திமா நாயகிமீது ஏழு பாடல்களையும், நபிகள் நாயகம் புகழ்ப்பாக்கள் பன்னிரண்டும் யாஸீன் நாயகம் இயற்றியுள்ளார்கள். கௌது நாயகம் அவர்கள்மீது தேசிகதோடி ராகத்தில், ஆதி தாளத்தில் எழுதிய பாடல் வரிகள் சில:

கௌது நாயகம் அவர்கள் மீது பாடியது

தஞ்சமொன்றிலாது நெஞ்சமுடைந்தேனே – திருத்
தாளளிக்கு மாதவ முஹிய்யுத்தீனே – இந்தத்
தாமதமில்லாதாக்ஷிக்குன் நீமம் தந்தருள் புரிவீர்
கோமானும் பதம் பணிந்தேன் – கோடி லாபமே

சஞ்சலமில்லாத செல்வமருள்வீரே – நாம்
சந்ததம் புகழவருளும் பீரே – தங்கள்
சந்நிதியில் பணியில் யாஸீன் பொன்னிதயம் பெறவேயருளும்
சங்கைமிகு துங்கமுக எங்கள் நாதா

குணங்குடி மஸ்தான் மீதான ஒரு பாடல்

பல்லவி

மானே குணங்குடி மஸ்தானெனும் பிரஸ்தாபம் பெறும்

அனுபல்லவி

நித்திரைசதா மறந்து நித்யதவமே புரிந்து
மாதவம் பெறத்தந்திரமாய்மன
மீதிறையினனந்திரங் கொண்டிடும் (மானே)

தொகையறா

யோகாபிமான வலி மாரிற்சிறந்த தோர் சிங்கச் சீமான்
யுகமெங்கும் புகழோங்கும் தவமணம் புரிவோரிலன்பார்ந்த
பூமான்

அரபி மொழியில் கவிதை இயற்றும் திறன்

நினைத்த மாத்திரத்தில் அரபி மொழியில் கவிதை புனையும் திறமை யாஸீன் நாயகம் அவர்களுக்கு இருந்தது. ‘மகனே, தாளும் பேனாவும் எடுத்து வாருங்கள்’ என்று சொல்லிவிட்டால் போதும், அவ்வளவுதான், அருவிபோலக் கவிதைகள் வந்து கொட்டும்.

தமிழில் மிக அரிதாக உள்ள சித்திரக்கவி என்று சொல்லத்தக்க கஸீதாக்களை, அதாவது கவிதைகளை, அரபு மொழியில் எழுதியுள்ளார்கள். உதாரணமாக, திருமறையின் வசனங்கள் சில ஒரே கவிதையில் வருமாறு எழுதியுள்ளார்கள். ‘அலா இன்ன அவ்லியா அல்லாஹி லா ஹௌஃபுன் அலைஹிம் வலாஹுॅன் யஹ்ஸனூன்’ என்ற திருமறை வசனமும், ‘குல்ஹுॅவல்லாஹுॅ’

என்ற திருமறை அத்தியாயமும் இணைந்து வருவது போல ஒரு கஸீதா எழுதியுள்ளார்கள்.

இன்னும் சில கவிதைகளில், அவர்களது பெயர் ஒளிந்திருக்கும் வகையில் எழுதினார்கள். உதாரணமாக, முஹம்மது சாலிஹ் என்ற இறைநேசரைப் புகழ்ந்து எழுதிய ஒரு பாடலில், 'வலிய்யுல் ஃபாலிஹ் முஹம்மது சாலிஹ்' என்று வரும். 'இப்னமில் ஃபாஹிர் அப்தில் காதிர்' என்றும் வரும். இதில் முதலில் சொல்லப்பட்ட வாக்கியம் ஒவ்வொரு 'பைத்', அதாவது ஈற்றடியின் முதல் எழுத்துக்களை மேலிருந்து கீழாக வாசித்தால் வரும். கீழிருந்து மேல்நோக்கி வாசித்தால் 'இப்னமில் ஃபாஹிர் அப்துல் காதிர்' என்ற சொற்றொடர் வரும். ஒவ்வொரு ஈற்றடியின் கடைசி எழுத்துக்களை மேலிருந்து கீழாக வாசிக்கும்போது, 'பிஷராரத்தின் அமீனின் லி ஸய்யிது யாஸீன்' என்று அவர்களது பெயர் அமைந்த வாசகம் ஒளிந்திருக்கும்! அந்தப் படம் கீழே கொடுக்கப்பட்டுள்ளது. அறிந்துகொள்ள வசதியாக தமிழிலும் கொடுக்கப்பட்டுள்ளது.

வ	و	وَلَّى الشُّمُوسُ لِوَجْهِهِ لَبَّى صَاحِبِ	ب பி	ر	رَشَّ السَّمَا سَيْلًا لِلَبَّى صَاحِبِ
லி	ل	لَاحَ الْقُلُوبُ بِوَعْظِهِ الْمُتَبَشِّشِ	ش ஷ	د	دَهْرًا فَأَحْسَنَ مَا لِلَبَّى صَاحِبِ
ய்	ى	يَحْكِي لَنَا جُلُّ الْعُلَا وَيُنَبِّأُ	ا ா	ا	أَمْرَ الْوَلِيِّ وَعُلَا لِلَبَّى صَاحِبِ
யு	ى	يَقْظًا تَعَبَّدَ فِي اللَّيَالِي مَنْ فَطَرَ	ر ர	ق	قَدْ رَدَّ كُلَّ الْمَحْلِ لَبَّى صَاحِبِ
	ا	أَدَّى لِرَبِّ الْعَالَمِينَ دِيَانَةً	ة தின்	ل	لَا شَكَّ شَأْنُ الشَّيْخِ لَبَّى صَاحِبِ
ல்	ل	لِلسَّائِلِينَ هُوَ الْمُغِيثُ وَلِلْمَلَا	ا அ	ا	أَمْنٌ مِنَ الْهَلَكَاتِ لَبَّى صَاحِبِ
ஃப	ف	فَرْدٌ وَحِيدُ أَوَانِهِ وَمُنَعَّمٌ	م மீ	د	دَاعِيٌ إِلَى الْمَعْبُودِ لَبَّى صَاحِبِ
ா	ا	آيَاتُهُ عَمَّ الْقُرَى وَهُوَ الْوَلِي	ى	ب	بِالْخَارِقَاتِ أُمِدَّ لَبَّى صَاحِبِ
லி	ل	لَوْ عِشْتُ أَلْفًا بِالْغَنَاءِ وَلَيْسَ مَنْ	ن னின்	ع	عَيْنًا رَأَى الْوَلِيَّ لَبَّى صَاحِبِ
ஹ்	ح	حَتْمًا لَنَا يَنْصُرُ يُعِينُ وَيَصْقُلُ	ل	ر	رَيْنُ الْقُلُوبِ دُعَاءُ لَبَّى صَاحِبِ

மு	م	مِنْ نَسْلِ صِدِّيْقٍ اَتَى هُوَ مُؤْنِسٌ	س	خ	خَيْرٌ لِاَهْلِ الْقُرْبِ لَبَّى صَاحِبِ
ஹ	ح	حَيًّا بَدٰى فِيْ عَامِ غَرْدَبَ مِنْ اُوْلِيْ	ى	ا	اَعْلَامِ قَاهِرَةٍ لِلَبَّى صَاحِبِ
ம்	م	مِنْ عَامِ شَحْجَكَ ضَمَّ تُرْبَ الْبَتْكَلِيْ	ى யி	ف	فَخْرًا لَهَا مِنْ ضَمِّ لَبَّى صَاحِبِ
ம	م	مُبْدِى الْبَرَايَا يَااِلٰهًا يُقْصَدُ	د த்	ل	لُطْفًا لَنَا بِالْغَوْثِ لَبَّى صَاحِبِ
த்	د	دِيْنًا وَدُنْيَا اَصْلِحَنَّا بِالْوَلِيْ	ى	ا	اَلدَّاخِرِ الْمَرْحُوْمِ لَبَّى صَاحِبِ
ஸ	ص	صَحِّحْ لَنَا بِرِضَاءِ عَنْ مَمْدُوْحِنَا	ا யா	م	مَحْمُدُ مِنَا الْمُدْعٰى بِلَبَّى صَاحِبِ
ா	ا	اَسْبِغْ عَلٰى مَنْ قَدْدَنَاكَ بِاَنْفُسِ	س ஸீ	ن	نَيْلًا مِنَ الصَّلَوٰتِ لَبَّى صَاحِبِ
லி	ل	لِلْاٰلِ وَالْاَصْحَابِ وَالْاَتْبَاعِ ذِيْ	ى	ب	بِرٍّ وَلِلْاَشْيَاخِ لَبَّى صَاحِبِ
ஹ்	ح	حِسًّا وَمَعْنًى قَدْدَعَوْنَا وَارْضَ عَنْ	ن ன்	ا	اِبْنِ الْفَرِيْدِ وَلِيِّ تَيْكَا صَاحِبِ

يَجْمَعُ حروف الاوّل من المصراع الاوّل علي، وَلِيُّ الْفَالِحُ مُحَمَّدُ صَالِحُ

وحروف الاخر من المصراع الاوّل على، بِشَارَةٍ آمِنٍ لسَيِّدِ يَاسين،

وحروف الاول من المصراع الاخر على "اِبْنَمِ الفاخر عبدالقادر"

من الاخير الى الاوّل، والحمدلله على ذالك

அரபி மொழியின்மீது யாஸீன் நாயகத்துக்கு இருந்த வல்லமையையும் ஆளுமையையும் இதிலிருந்து விளங்கிக் கொள்ளலாம்.

யவானிஉ

யாஸீன் நாயகத்துக்குப் பதினைந்து வயதாக இருந்த போதிலிருந்தே அவர்களின் மனதில் ஏகத்துவத்தைப்பற்றிய சிந்தனை பாடல்களாக உருப்பெற்று வந்தது. அது பின்னாளில் தொகுக்கப்பட்டு ஹிஜ்ரி 1374/கிபி 1954-ல் நூலுறுப்பெற்றது. இது அவர்களுக்கு அவ்வப்போது தோன்றிய உதிப்பின் பேரில் அரபியில் எழுதப்பட்ட பாடல்களின் தொகுப்பு நூலாகும்.

இதன் முழுப்பெயர் 'யவானிஉ அதுமாருந் நிஉமாவு' என்பதாகும். அரபி இலக்கணம் கசடறக்கற்ற அறிஞர்களுக்கே ஒரு சவாலாக இந்நூல் இருந்தது. பல அறிஞர்கள் யாஸீன் நாயகத்திடம் நேரில் சென்று விளக்கம் கேட்டே தங்கள் சந்தேகங்களைத் தீர்த்துக்கொண்டார்கள்.

தமிழில் இது இருந்தால் நன்றாக இருக்குமே என்று பலர் கூறியதால் 'கலிமா விருட்சக் கனிந்த கனி' என்ற தலைப்பில் இது தமிழாக்கம் செய்யப்பட்டது. மு.செ. அப்துல் காதிர் என்பவர் இந்நூலை அரபியில் படித்துப்பார்த்துவிட்டு அரபியிலேயே இந்நூலைப் பற்றித் தன் கருத்தை எழுதி அனுப்பியிருந்தார். அதன் சுருக்கமான ஒரு பகுதி தமிழில்:

> இது சத்தியமாகிய இறைவனைப் பற்றிய ஒரு நூலாகும். இது இறைவனில் தன்னை அழித்துக்கொண்ட ஒருவரிடமிருந்து வெளியாகியுள்ளது. இறைவனோடு ஒன்றாத பிரிவில் இருப்பவர்களுக்கு இந்நூல் ஒரு திரையாக, இந்நூலின் கருத்து புரிந்துகொள்ள முடியாதவாறு இருக்கும்.

வேறு வார்த்தைகளில் சொன்னால் ஆழமான ஆன்மிக ஞானம் கொண்டவர்களுக்கு மட்டுமே விளங்கக்கூடியதாக அந்நூல் இருந்தது. நாகூரைச் சேர்ந்த மார்க்க அறிஞரும் ஸூஃபியுமான யாஸீன் ஆலிம் அவர்கள் யாஸீன் நாயகத்தின் சீடராகவும், அவர்களது ஆன்மிகப்பாதையின் கலீஃபாகவும் இருந்தார். அவர் எழுதிய கடிதத்தில் தனது குருவான யாஸீன் நாயகத்தை சட்டென்று தோன்றிய ஒரு காட்சியில் தான் தரிசனம் செய்ததாகவும், இந்த நூலானது தனது அன்பையும் நம்பிக்கையையும் அதிகரிக்கச் செய்துவிட்டது என்றும் எழுதியிருந்தார்.

சமீபத்தில் மறைந்த மார்க்க அறிஞரும், அரபி, பாரசீகம், உர்து, ஆங்கிலம் போன்ற மொழிகளில் தேர்ச்சி பெற்றவரும், Arabic, Arwi and Persian in Sarandib and Tamilnadu என்ற ஜனாதிபதி விருதுபெற்ற நூலின் ஆசிரியரும், ஷெய்கு சதக்கத்துல்லாஹ் அப்பாவின் பரம்பரையில் வந்தவரும், இறைநேசர் கீழக்கரை ஷெய்கு நாயகம் அவர்களின் மகனுமான மர்ஹூம் தைக்கா ஷுஐபு ஆலிம் அவர்கள் எழுதிய கடிதத்தில் தன்னால் இந்த நூலைப்புரிந்துகொள்ளவே முடியவில்லை என்று ஒப்புக் கொண்டிருந்தார்கள்.

இவ்விதமாக பல அரபி அறிஞர்களுக்கே சவாலான ஒரு நூலாகவும், ஞானிகளுக்கு மட்டுமே விளக்கம் புரியும் படியாகவும் உள்ளது இந்நூலின் தனிச்சிறப்பாகும். ஏனெனில், இது யோசித்து எழுதப்பட்டதல்ல. இது ஓர் அனுபவத்தின் வெளிப்பாடு. எனவே இது வெறும் அரபி அறிஞர்களால் புரிந்துகொள்ளப்படாததில் ஆச்சரியம் ஒன்றுமில்லை. ஒரு ஆங்கிலக்கவிதையைப் புரிந்துகொள்ள ஆங்கிலம் மட்டும் தெரிந்தால் போதாது. கவிதா மனம் வேண்டுமல்லவா... அதைப்போல.

இந்த நூலை நல்ல எண்ணத்தோடு வாசிக்கவேண்டும் என்றும், புரியாவிட்டால் ஆசிரியரிடம் நேரடியாகக் கேட்டுத்தெளிந்து கொள்ள வேண்டும் என்றும், இல்லாவிட்டால் மௌனம் சாதிக்க வேண்டும் என்றும் ஒரு குறிப்பை முதல் பக்கத்திலேயே இந்த நூலில் பதிந்திருப்பது குறிப்பிடத்தக்கது.

அந்த நூலிலிருந்து சில முக்கிய மேற்கோள்களை இங்கே எளிமையாகக் கொடுக்கிறேன்:

'கல்விச்சாலைகளில் கற்றுக்கொடுக்கப்படும் அறிவானது, மகான்களின் இயற்கையான அறிவின் ஒரு புள்ளிக்கூட ஈடாகாது.'

ஏட்டுச்சுரைக்காய் கறிக்கு உதவாது என்று தமிழில் ஒரு பழமொழி உண்டு. புத்தகத்தில் வரையப்பட்டிருக்கும் அல்லது பேசப்பட்டிருக்கும் சுரைக்காயை வைத்து சமையல் செய்யவோ, பசியை அடக்கவோ முடியாது. தண்ணீர் என்று எழுதிக் கொடுப்பதால் ஒருவனின் தாகம் தீர்ந்துவிடாது. அதேபோல, மகான்களுடைய அறிவானது அவர்களது அனுபவத்தில் வருவதாகும். அதைக் கற்றுக்கொள்ளுதல் சாத்தியமில்லை என்பதையே இந்த மேற்கோள் சுட்டுகிறது.

'நஃப்ஸுடன் நான் செய்த யுத்தத்தில் எனது நல்லெண்ணம் ஈட்டியாகவும், எனது துணிவு வாளாகவும், எனது அனுபவம் பரிசாகவும், எனது ஆசை அம்பாகவும் இருந்தன.'

நபிகள் நாயகமவர்களின் புகழ்பெற்ற நபிமொழியொன்றை இந்த மேற்கோள் நினைவு படுத்துகிறது. 'ஜிஹாது' எனப்படும் ஒரு புனிதப்போரிலிருந்து திரும்பிக்கொண்டிருந்த நபிகள் நாயகம் அவர்கள், 'சின்ன ஜிஹாதிலிருந்து பெரிய ஜிஹாதுக்குத்

திரும்பிக்கொண்டிருக்கிறோம்' என்று சொன்னார்கள். அது என்னவென நபித்தோழர்கள் விளக்கம் கேட்டபோது, மன இச்சைகளோடு போர் புரிந்து வெல்வது என்று பெருமானார் பதில் கூறினார்கள். எனவே யாஸீன் நாயகம் அவர்கள் இங்கே குறிப்பிடும் ஈட்டி, வாள், அம்பெல்லாம் ரத்தம் சிந்தவைக்கும் ஆயுதங்களல்ல என்பது கொஞ்சம் கவனமாகப் படித்தாலே விளங்கிவிடும். 'நஃப்ஸ்' என்பது மன இச்சைகளைக் குறிக்கும் சொல்லாகும்.

'அந்த அல்லாஹ் எனது சத்தான ரூஹூம்(உயிரும்), எனது உள்ளமும், எனது உடலுமாகும்.'

இறைவன் என்பவனை நம் உடலின் ஏதோ ஒரு உறுப்பில் மட்டும் இருப்பதாக உணர்ந்துகொள்ள முடியாது. அவன் எங்கும் நிறைந்தவன். எல்லாமாகவும் இருப்பவன் அவனே. அவனன்றி எதுவுமில்லை. ஏகமும் அவனே. உடலாகவும், உள்ளமாகவும் 'ரூஹ்' எனும் உயிராகவும் இருப்பவன் அவனே என்று யாஸீன் நாயகம் கூறுகிறார்கள்.

ஒரு பாட்டிலில் உள்ள தண்ணீரை ஒரு தொட்டியில் உள்ள தண்ணீரில் கொட்டியபிறகு அது தொட்டித்தண்ணீரோடு இரண்டறக் கலந்துவிடுகிறது. அதன் பின்னர் இதுதான் குப்பியில் இருந்த தண்ணீர், இது தொட்டியில் இருந்த தண்ணீர் என்று அதைப்பிரித்துக்காட்ட முடியாது. அதேபோல இறைவனோடு இரண்டறக் கலந்துவிட்ட இறைநேசர்களின் சொல்லும் செயலும் இறைவனுடையதாகவே இருக்கும் என்பது மேற்கோளின் குறிப்பாகும். 'பசுவின் கொம்பைத் தொட்டாலும், வாலைத்தொட்டாலும் பசுவைத்தான் தொடுகிறோம்' என்று ஞானி பரமஹம்சர் சொன்னதை இங்கே பொருத்திப் பார்க்கலாம்.

இந்த நூலில் சில இடங்களில் யாஸீன் நாயகம் தன் ஆன்மிக அனுபவங்களைப் பற்றிக்கூறுகிறார்கள். அது அவர்களது ஆன்மிக உயர் நிலையை நாம் உணர்ந்துகொள்ள நிச்சயம் உதவும்.

'ரஸூலுல்லாஹ் (ஸல்) அவர்களது மடியிலும், முதுகிலும், அவர்களது நட்சத்திரத்தின் ஜோதியான முஹ்யுத்தீன் (ரலி) அவர்கள் முதுகிலும் நான் வளர்ந்தேன்'

என்றும்

> 'எனது குருபிரானும் எனக்கு உணர்ச்சியை வருத்தியவர் களுமான இப்னு அரபி (ரலி) அவர்கள் என் கனவிலே என்னுடன் பேசி என் வாயில் உமிழ்ந்து உபகாரம் செய்ததால் (தேவையை அடைந்தேன்)'

என்றும் ஓரிடத்தில் கூறுகிறார்கள்.

இப்னு அரபி அவர்கள் 13-ம் நூற்றாண்டில் ஸ்பெயின் நாட்டில் வாழ்ந்த மாபெரும் சூஃபி. சூஃபி தத்துவத்தில் மிக முக்கியமானதாகக் கருதப்படும் இரண்டு நூல்களை எழுதிய மகான் இப்னு அரபி. அவை 'ஃபுதூஹாத்தில் மக்கிய்யா' மற்றும் 'ஃபுசூசுல் ஹிகம்' ஆகியவை. இதில் முதல் நூலை எழுதி முடித்ததும் அவை தனித்தனித்தாள்களாக இருந்தன. அவற்றை இறையில்லமான க'அபாவுக்கு முன் வைத்து, 'மூன்று மாதங்கள் காத்திருப்பேன். இந்த நூலில் ஏதாவது ஒரு பக்கமாவது மழையில் அடித்துக்கொண்டு போயிருந்தாலோ, காற்றில் ஒரு தாளாவது நகர்ந்து போயிருந்தாலோ இதை வெளியிட மாட்டேன்' என்று சபதம் மேற்கொண்டார். ஆனால் மூன்று மாதங்கள் பெரும் மழையும் காற்றும் இருந்தும்கூட ஒரு தாள்கூட நனையவோ நகரவோ இல்லை! அதன் பின்னர்தான் அந்நூலுக்கு இறைப்பொருத்தம் இருப்பதை உணர்ந்துகொண்டு அந்நூல் வெளியிடப்பட்டது. அந்த இப்னு அரபியைத்தான் தன் குருவாக யாஸீன் நாயகம் குறிப்பிடுகிறார்கள்.

மதுரையைச் சேர்ந்த ஒரு கிராமத்துக்கு யாஸீன் நாயகம் சென்றிருந்தபோது ஓர் ஓடையின் ஓரத்திலே ஒரு இரவு வேளையிலே தனித்திருந்ததாகவும், அப்போது மரங்கள், புற்பூண்டுகள் எல்லாம் இறைவனைத் துதி பாடிக் கொண்டிருந்ததைக் கேட்டதாகவும் இந்நூலில் பதிந்துள்ளார்கள்.

> அல்லாஹ்வின் இரு கைகளாலும் கட்டப்பட்ட வீட்டை நான் ஹஜ்ஜு செய்கிறேன். வெளியிலும் உள்ளிலும் அதையே உம்ராவும் செய்கிறேன்

என்று அந்நூலில் ஓரிடத்தில் வருகிறது. ஒட்டுமொத்த நூலும் அரபியில் என்னவிதமான கருத்துகளைக் கொண்டிருக்கும் என்பதற்கு இது ஒரு நல்ல உதாரணம். ஆன்மிகத்தில் ஆழமான

அனுபவ அறிவு இல்லாதவர்கள் இந்த மேற்கோளையும், இது போன்ற வாக்கியங்களையும் நிச்சயம் தவறாகப் புரிந்துகொள்ள நேரிடலாம்.

> உலக மக்கள் யாவருக்கும் உரிமையானவர்
> உருவமற்ற இறைவனுக்கு உண்மையானவர்

என்று நாகூர் ஹனிபாவின் பாடலொன்று உண்டு. இறைவன் உருவமற்றவன் என்பதே இஸ்லாத்தின் நிலைப்பாடு. அந்த நிலைப்பாட்டையே உடைப்பது போன்ற வரிகள் மேலேகொடுக்கப்பட்டுள்ள மேற்கோளில் உள்ளதாக வெறும் மொழியறிவு மட்டும் உள்ளவர்கள் தவறாகப் புரிந்துகொள்ளும் வாய்ப்பு உண்டு. ஆன்மிகவாதிகளோ, மொழியின் சூட்சுமங்கள் தெரிந்தவர்களோ அப்படிச் சொல்லமாட்டார்கள்.

திருக்குர்'ஆன் சில இடங்களில் இறைவனின் கைகளைப் பற்றியும், முகம் பற்றியும், குர்ஸி (நாற்காலி) எனப்படும் அவனது இருக்கை பற்றியெல்லாம் பேசுகின்றது. உதாரணமாக,

> நீங்கள் எந்தப் பக்கம் திரும்பினால் அவனது முகமே உள்ளது (2:115)

> அவனது முகத்தைத் தவிர எல்லாம் அழிந்துபோகும் (28:88)

> அவனுடைய இரு கைகளும் (5:64)

> என்னுடைய கைகளால் படைத்த ஆதமுக்கு நீ ஏன் பணிய மறுக்கிறாய் (38:75)

போன்றவற்றைச் சொல்லலாம்.

ஆனால் இவை குறியீட்டுத்தன்மை கொண்டவை என்பதற்கான குறிப்புகளும் திருமறையிலேயே உள்ளன. உதாரணமாக, ஆயத் குர்ஸி (2:225) எனப்படும் புகழ்பெற்ற ஒரு வசனத்தில் இறைவன் 'அர்ஷ்' எனப்படும் தனது நாற்காலி அல்லது இருக்கையைப் பற்றிப் பேசுகிறான். ஒரு நாற்காலி என்றால் அதற்கு ஒரு ஆரம்பமும் ஒரு முடிவும் இருக்கவேண்டுமல்லவா? அது மட்டுமல்ல. ஒரு நாற்காலியில் ஒருவர் உட்கார வேண்டுமெனில் அது அவரைவிடப் பெரியதாக இருக்க வேண்டுமல்லவா?

இவ்விதமான தர்க்கரீதியான கேள்விகளையெல்லாம் அழிக்குமாறு அந்த இறைவசனமே இறுதியில் முடிச்சை

அவிழ்த்துவிடுகிறது. அதாவது அந்த இருக்கை இந்த பிரபஞ்சம் முழுவதும் பரந்து விரிந்துள்ளது என்று அந்த வசனம் கூறுகிறது. மனிதர்கள் தங்களுக்குத் தெரிந்த, ஆரம்பமும் முடிவும் உள்ள எல்லைகளுக்குள் ஆண்டவன் இருப்பதாகத் தவறாகப் புரிந்துகொண்டு விடக்கூடாது என்ற குறிப்பை அந்த வசனம் கொடுக்கிறது.

இப்படிப்பட்ட வசனங்களின் உண்மையான அர்த்தங்களை இமாம் கஸ்ஸாலி போன்ற ஞான மேதைகளும், ஞானிகளின் தலைவராகிய கௌது நாயகம் போன்றவர்களும் தங்கள் எழுத்தின் மூலமாகவும் பேச்சின் மூலமாகவும் ஏற்கனவே விரிவாக விளக்கி வைத்துள்ளார்கள். குறியீட்டுத்தன்மை கொண்ட அந்தத் தொடர்ச்சியில்தான் யாஸீன் நாயகம் அவர்களின் மேற்கூறப்பட்ட மேற்கோளையும் பார்க்க வேண்டும்.

மனித உடலானது புனிதம் வாய்ந்தது. எனவே அது புனிதமான வீடாகும். எப்படிப் புனித வீடான மக்காவுக்கு முஸ்லிம்கள் ஹஜ் எனும் கடமையை நிறைவேற்றச் செல்கின்றார்களோ அதேபோல உடல் என்ற புனித ஸ்தலத்தையும் பாவிக்க வேண்டியுள்ளது என்ற குறிப்பை அந்த மேற்கோள் சுட்டுகிறது. அதை விளக்கிச் சொல்வது இங்கே நமது நோக்கமல்ல. பல மார்க்க அறிஞர்களால்கூட யாஸீன் நாயகத்தின் 'யவானிஉ' ஏன் புரிந்துகொள்ளப்படவில்லை என்பதை விளக்குவதற்காக இவ்வளவும் சொல்லவேண்டி வந்துவிட்டது.

இந்த நூலை நீங்கள் சிந்தித்து எழுதினீர்களா, அதாவது இது உங்கள் அறிவின் வெளிப்பாடா என்ற கேள்விக்கு யாஸீன் நாயகம் கொடுத்த பதில் இதுதான்: 'நிச்சயமாக இது பரிசுத்த ஹக்கிலிருந்து எம்மளவில் எறியப்பட்டவைகளினின்றுமாக இருக்கும்'. அதாவது, என் மூலமாக இறைவன் இதை வெளிக்கொண்டு வந்துள்ளான். இது என் அறிவின் விளைவு அல்ல என்று பொருள்.

காமூஸ் – அரபி தமிழ் அகராதி

'காமூஸ்' என்றால் அகராதி என்று அர்த்தம். 1946-லேயே அரபிச் சொற்களுக்கான ஒரு அகராதியைத் தயாரித்து அதன் பொருளை அரபுத்தமிழில் கொடுத்து எழுதிவைத்திருந்தார்கள் யாஸீன் நாயகம். அது அப்போது 'காதிப்' என்று சொல்லப்பட்ட

எழுதுபவர்களைக்கொண்டு எழுதி வைக்கப்பட்டது. அரபுத்தமிழ் என்பது தமிழ்தான். ஆனால் லிபி அரபியாக இருக்கும். ழ, ட போன்ற ஒரு சில எழுத்துக்களுக்காக சில புள்ளிகள் கூடுதலாக வைக்கப்பட்டிருக்கும். படித்தால் தமிழ். பார்த்தால் அரபி. இப்படி எழுதப்பட்ட அது அர்வி என்றும் அழைக்கப்பட்டது.

2009-ம் ஆண்டு அந்த அகராதி அரபுத்தமிழிலிருந்து முழுக்க முழுக்க தமிழுக்கே மாற்றப்பட்டு அழகிய முறையில் இலங்கையில் உள்ள யாஸீன் நாயகம் அவர்களின் குடும்பத்தினரால் வெளியிடப்பட்டது. இதில் 21,000 சொற்கள் உள்ளன. சரித்திரம், தத்துவம், இயற்பியல், வானவியல், புவியியல், பொறியியல், வைத்தியம், தர்க்கம், கலை, இலக்கியம். பொறியியல், வேதியியல் தொடர்பான, மத்ரஸாக்களில் மார்க்க அறிஞர்களை உருவாக்கக் கற்றுக்கொடுக்கப்படும் எல்லாப் பாடங்கள் தொடர்பான சொற்களும் இதில் உள்ளன. சாதாரணமாக, அரபி மொழியில் ஆர்வம் உள்ளவர்களும் பயனடையும்படியும் இது உள்ளது. இது தமிழ் முஸ்லிம்களுக்கு ஒரு வரப்பிரசாதம் போன்ற அகராதியாகும்.

பொதுவாக அகராதியை ஒரு குழுதான் உருவாக்கும். ஆனால் முதன் முறையாக ஒரு தனி மனிதராக அந்த சாதனையைச் செய்தவர் டாக்டர் ஜான்சன். ஆங்கில அகராதியை தனி ஆளாக அவரே பல ஆண்டுகள் கஷ்டப்பட்டு, உழைத்து உருவாக்கி 1755-ம் ஆண்டு வெளியாக்கினார். அது ஒரு மாபெரும் சாதனையாகும்.

அதையடுத்து அதையொத்த சாதனை என்று இந்த அகராதியைத்தான் சொல்லவேண்டும். இதில் யாஸீன் நாயகம் அவர்களின் உழைப்பு மட்டுமே உள்ளது. 1946-ம் ஆண்டு இதன் வேலைகள் பூர்த்தியாயின. யாஸீன் நாயகம் இவ்வுலகை விட்டு மறைவதற்கு இருபது ஆண்டுகளுக்கு முன்னர் இவ்வேலைகள் நடந்தேறின.

பொதுவாக அரபி அகராதி என்றால் 'முன்ஜித்' மற்றும் 'மௌரித்' என்று சொல்லப்படும் பிரபலமான அகராதிகளைத்தான் குறிப்பிடுவார்கள், பயன்படுத்துவார்கள். உலகளவில் பயன்பாட்டில் இருக்கும் அகராதிகள் அவைதான். ஆனால் அந்த

இரண்டிலும் இல்லாத சொற்களும் இந்த அகராதியில் உள்ளன என்பது குறிப்பிடத்தக்கது.

அந்த அகராதிக்கு யாஸீன் நாயகம் அவர்கள் கொடுத்த முன்னுரை இது:

இன்று மத்ரஸாக்களில் நூறு வருடங்களுக்கு முன் எழுதப் பட்ட அரபி கிரந்தங்களே பாடப்புத்தகங்களாய் விளங்கு கின்றமையால் காலவேறுபாட்டிற்கேற்ப புதிதாய் உற்பத்தியான அல்லது அரபியாய்ச் சமைந்த ஆயிரக் கணக்கான அரபிச் சொற்களின் அர்த்தங்கள் அறியப் படாதிருக்கின்றன. நல்ல தமிழில் அரபி கற்றுக்கொடுக்கப் படாததால், அரபி அறிஞர்களில் அநேகரின் தமிழ்மொழி – தமிழ் மொழிபெயர்ப்புப் போன்றவற்றில் பெரும் தவறுகள் காணப்படுவதோடு அரபி வாக்கியங்களின் தெளிவான கருத்துக்களும் மறைபட்டிருக்கின்றன.

தத்துவ, பூத, பௌதிகவியல்களும், சரித்திரம், வானவியல், புவியியல், ஏகேச்சுவர வாதம், வைத்தியம், தருக்கம், இலக்கியம், பொறியியல், இரசாயனம் முதலிய முக்கிய அறிவுகளும் மத்ரஸாக்களில் போதிய அளவில் கற்றுக் கொடுக்கப்படாமலிருத்தலால், அவற்றில் காணப்படும் விசேட சொற்களில் சில அர்த்தமற்றனவாய்ப் புழங்கப் படுவதோடு இவ்வறிவுகளும் புறக்கணிக்கப்படுகின்றன.

இக்காரணங்களால் அரபி மொழி ஞானம், இயற்றலறிவு, இஸ்லாமிய தத்துவ போதனை – சாதனை – அனுஷ்டானம், இவைகள் மிகமிகக் குறைந்து காணப்படுகின்றமை கண்கூடு.

ஆதலால் எம்மால் கூடிய பிரயாசையின் பேரில் மேற்கண்ட குறைகளிற் சிலவற்றையேனும் சமாளிப்பான் வேண்டி, அறிவுவகை விகற்பங்களாற் பேதப்படும் அர்த்தங்களை அரபிச் சொற்களுக்குச் சுத்தமான தமிழில் அரபி எழுத்தில் எழுதுவதுடன் புதியனவும் புதியனவாய் நுழைந்தனவுமான அநேக அரபிச் சொற்களின் அர்த்தங்களும் இதில் கொடுக்கப் படுகின்றன.

இதனால் தமிழ் முஸ்லிம்களின் அரபி அபிவிருத்திக்கும், அரபித் தமிழுக்கும் புத்துயிரளிப்பதுடன் இஸ்லாமியக் கலையும் அபிவிருத்தியடைய ஏதுவாகிறது.

நாளடைவில் இதனைத் தமிழ் எழுத்திலேயே வெளியிடவும் கருதியுள்ளோம். அடுத்த பதிப்பை இன்னும் சுத்தமானதாயும், விரிவானதாயும் வெளியிட நாடுகின்றோம். இன்ஷா அல்லாஹ்.

கையொப்பம்.

சமீபத்தில் இந்த அகராதி இரண்டு பாகங்களாக அரபி மற்றும் தமிழ் எழுத்துடன் வெளியிடப் பட்டுள்ளது.

முளரிய்யா தஹ்மீஸ்

கஸீதா என்றால் பாடல் என்று பொருள். 13-ம் நூற்றாண்டில் எகிப்தில் வாழ்ந்த புகழ்பெற்ற கவிஞர் இமாம் பூசிரி அவர்கள் நபிகள் நாயகம் அவர்களைப் புகழ்ந்து உலகப்புகழ் பெற்ற புர்தா எனும் சிறு காவியத்தை எழுதி முடித்தவுடன் பக்கவாத நோயால் பாதிக்கப்பட்டிருந்த அவர் குணமடைந்தது வரலாறு. அதே பூசிரி முளரிய்யா எனப்படும் கவிதையையும் நபிகள் நாயகம்மீது எழுதினார். முளரிய்யா என்ற அந்த ஈரடிப்பாடல்கள் ஒவ்வொன்றுக்கும் மூன்றடிகள் சேர்த்து ஐந்தடிப்பாடலாக மாற்றுவதற்குப் பெயர்தான் தஹ்மீஸ். வித்ரிய்யா என்ற தஹ்மீஸ் பற்றி ஏற்கனவே குறிப்பிடப்பட்டுள்ளது. யாஸீன் நாயகம் அவர்கள் தஹ்மீஸ் ஒன்றை எழுதினார்கள். யாஸீன் நாயகத்துக்கு முன்னோடியாக தஹ்மீஸ் செய்த புகழ்பெற்ற ஞானி கீழக்கரையைச் சேர்ந்த சதக்கத்துல்லாஹ் அப்பா (1632-1703).

ஷாதுலி நாயகம் மீதான கவிதை

ஷாதுலிய்யா எனும் ஆன்மிகப்பாதையின் மூலவரான 13-ம் நூற்றாண்டில் வாழ்ந்த அபுல் ஹஸன் அலிய்யுஷ் ஷாதுலி நாயகம் அவர்கள்மீது ஒரு 'கஸீதா' அல்லது புகழ்ப்பாடலையும் யாஸீன் நாயகம் இயற்றினார்கள். அப்பாடல்களுக்குள்ளேயே திருக்குர்'ஆனின் வசனங்கள் வருமாறு அதை உருவாக்கியிருந்தார்கள்.

நபிமொழித்தொகுப்புக்கான விளக்க உரை

சஹீஹ் புகாரி என்பது உலகப்புகழ் பெற்ற ஒரு நபிமொழித்தொகுப்பு. யாஸீன் நாயகம் 1959-ல் மக்காவுக்குச்

சென்றிருந்தபோது அங்கிருந்த அறிஞர் பெருமக்களிடம் அரபியிலேயே உரையாடினார்கள். அந்த உரையாடல் ஹதீதுக் கலை பற்றியதாக இருந்தது. யாஸீன் நாயகத்துக்கு ஹதீதுக் கலையில் இருந்த அபாரமான அறிவை வியந்த அறிஞர்கள், சஹீஹ் புகாரி நபிமொழித்தொகுப்புக்கு நீங்கள் விளக்க உரை எழுதினால் என்ன என்று அவர்களைத் தூண்டினார்கள்.

அவ்வேண்டுகோளுக்கு இணங்கி யாஸீன் நாயகமும் நான்கு பாகங்கள் கொண்ட ஒரு விளக்க உரையை எழுதினார்கள். அதன் பெயர் 'அல் இக்துத் தராரீ ஃபீ ஷரஹிஸ் ஸஹீஹில் புகாரி' என்பதாகும். 'இக்த்' என்றால் 'ஆரம்', 'மாலை' என்று பொருள். 'சஹீஹ் புகாரி என்ற நபிமொழித்தொகுப்புக்கு என் விளக்க மரியாதை அல்லது மாலை' என்பது அதன் அர்த்தமாகும். ஒருவரை கௌரவப்படுத்த நாம் மாலைபோடுவோம் அல்லவா? அதைப்போல.

'மயில்களுக்கு மத்தியில் இருக்கும் ஒரு வாத்து' என தன்னைப்பற்றி அதன் முன்னுரையில் யாஸீன் நாயகம் குறிப்பிடுகிறார்கள். இது அரபியில் எழுதப்பட்ட, தமிழுலகம் பெருமைப்பட வேண்டிய விளக்க உரையாகும். ஏனெனில் தமிழறிஞரும் ஞானியுமான ஒருவரால் இது அரபி மொழியில் எழுதப்பட்டுள்ளது. எகிப்தில் பணியாற்றிவரும் அஹ்மது இம்தாதுல்லாஹ் என்ற சகோதரரின் முயற்சியால் உலகின் புகழ்பெற்ற இஸ்லாமியப் பல்கலைக்கழகமான எகிப்தில் உள்ள அல் அஸ்ஹர் பல்கலைக்கழகத்தின் நூல்நிலையத்தில் இந்த விரிவுரை மாணவர்கள் படித்துப் பயன்பெற வைக்கப் பட்டுள்ளது.

மெய்ஞ்ஞான போதனை

ஞானிகள் கோமான் கௌது நாயகம் முஹ்யித்தீன் அப்துல் காதிர் ஜீலானி அவர்கள் யாஸீன் நாயகத்துக்குத் திருமுல்லைவாசல் மேலப்பள்ளி வாசலிலே தரிசனம் கொடுத்து தனது 'ரிசாலத்துல் கௌதிய்யா' என்ற நூலையும் 'துஹ்ஃபத்துஸ் சூஃபிய்யா' என்ற நூலையும் தந்து, இதைப் பெரும்பாலான மக்கள் அறியுமாறு செய்யவேண்டும் என்று கூறிமறைந்தார்கள். 'ரிசாலத்துல் கௌதிய்யா' என்ற நூல் யாஸீன் நாயகம் அவர்களாலேயே 'மெய்ஞ்ஞான போதனை' அல்லது 'இரட்சணியப் பிரபந்தம்'

என்ற பெயரில் தமிழாக்கம் செய்து வெளியிடப்பட்டது. ஞானிகள் கோமான் கௌது நாயகம் அவர்களோடு இறைவன் பேசுவதாக இந்நூல் ஆக்கப்பட்டுள்ளது. பல ஆண்டு களுக்குப்பின் யாஸீன் நாயகம் அவகளின் மகனார் வாப்பா நாயகம் அவர்களால் இந்நூலுக்கு விளக்கவுரை கொடுக்கப் பட்டது.

இன்சானுல் காமில் நூலுக்கு விரிவுரை

'இன்சானுல் காமில்' (பரிபூரண மனிதன்) என்ற தலைப்பில் ஒரு புகழ்பெற்ற சூஃபி நூல் உள்ளது. அதை எழுதியவர் 14-ம் நூற்றாண்டில் வாழ்ந்த ஞானி அப்துல் கரீம் ஜீலி என்பவர். இவர் ஞானிகள் கோமான் கௌது நாயகம் அவர்களின் பெண்மக்களின் பரம்பரையில் வந்தவர். இந்த நூலுக்கு யாஸீன் நாயகம் தமிழில் ஒரு விளக்க உரை எழுதினார்கள். அது சமயம் ஏற்படும் சந்தேகங்களை நிவர்த்தி செய்துகொள்ள அப்துல் கரீம் ஜீலியின் ஆன்மாவை தேவைப்பட்டபோதெல்லாம் அழைத்துப் பேசித்தெளிவு அடைந்ததாக தன் கலிஃபாவாகிய நாகூர் யாஸீன் ஆலிம் அவர்களுக்கு எழுதிய கடிதம் மூலம் அறியவருகிறது. அந்த நூலுக்கு அதற்கு முந்திய 580 ஆண்டுகளாக அதுவரை விரிவுரை எதுவும் எழுதப்படவில்லை என்றும் அக்கடிதத்தில் குறிப்பிட்டிருந்தார்கள்.

ஹலால் ஹராம்

இஸ்லாத்தில் ஹலால், ஹராம் என்று இரண்டு உள்ளது என்று உலகத்துக்கே தெரியும். 'ஹலால்' எனில் செய்யக்கூடியது, அனுமதிக்கப்பட்டது. 'ஹராம்' எனில் செய்யக்கூடாதது, அனுமதிக்கப்பட்டாதது. ஒன்று விதிக்கப்பட்டது, மற்றொன்று விலக்கப்பட்டது. ஹலால், ஹராம் பற்றி யாஸீன் நாயகம் அவர்கள் இலங்கை வானொலியில் ஒரு உரை நிகழ்த்தினார்கள். அதில் ஹலால், ஹராம் பற்றியும், இரண்டுக்கும் இடையில் உள்ள சந்தேகத்துக்குரியவை பற்றியும் விரிவாகக் கூறினார்கள். அந்த உரை ஒரு சிறு நூலாக 1964-ல் வெளியிடப்பட்டது.

யாஸீன் நாயகத்தின் சிறப்பையும் பெருமையையும் ஒருவர் புரிந்துகொள்ள இந்த சிறு நூலைக்கொடுத்தாலே போதும். ஏனெனில் ஹலால், ஹராம் பற்றி இவ்வளவு அழகாகவும்,

சுருக்கமாகவும் அதே சமயம் விளக்கமாகவும் இதுவரையிலும் யாரும் சொல்லவில்லை. எகிப்து அறிஞர் யூசுஃப் கர்ளாவி ‘ஹலால் ஹராம்’ என்று விரிவான நூல் ஒன்றை எழுதியுள்ளார். ஆனால் அவ்வளவு விரிவானதொரு விஷயத்தை ஒரு சிறு வானொலி உரையிலேயே விளக்கிச்சொல்லி, ஹலால் ஹராமின் ஆன்மாவை விளங்கவைக்க யாஸீன் நாயகம் அவர்களால் மட்டுமே முடிந்துள்ளது. அரபு இலக்கிய வளர்ச்சி பற்றியும் இலங்கை வானொலியில் 1961-ல் யாஸீன் நாயகம் பேசியுள்ளார்கள்.

அரபிகள் வியந்த அரபிப் புலமை

1959-ம் ஆண்டு யாசீன் நாயகமவர்கள் ஹஜ்ஜுக்குச் சென்றிருந்தார்கள். அப்போது க’அபாவின் நிர்வாக அதிகாரிகள் அவர்களைச் சந்தித்து உரையாடினார்கள். யாஸீன் நாயகத்தின் இலக்கணம் செறிந்த அரபி மொழிப்புலமையைக் கண்டு வியந்து, ஹஜ்ஜுக்கு வந்த மக்கள் மத்தியில் இஸ்லாத்தைப் பற்றி ஒரு சொற்பொழிவு நிகழ்த்தவேண்டும் என்று கேட்டுக் கொண்டார்கள்.

யாஸீன் நாயகமும் சிறப்பானதொரு உரையை ஆற்றினார்கள். அதைக்கேட்ட அரபிகள், ‘ஷெய்குல் அரப்’ (அரபிகளின் தலைவர்) என்று அவர்களைப் புகழ்ந்து, அவர்களை கண்ணியப் படுத்தும் விதமாக விருந்தொன்றும் அளித்தார்கள்.

யாஸீன் நாயகம் அவர்கள் மிகவும் குறைவாகச் சாப்பிடுவதைக்கண்ட அரபிகள், ‘நீங்கள் அரபியாக இருந்தும் ஏன் குறைவாகச் சாப்பிடுகிறீர்கள்?’ என்று கேட்கவும், ‘பூர்வீகத்தில் நாம் அரபியாக இருந்தபோதும் இப்போது அஜமியாக இருக்கிறோம்’ என்று பதில் சொன்னார்கள். ‘அஜமி’ என்பது அரபி அல்லாதவரைக் குறிக்கும்.

அதற்கு அந்த அரபிகள், ‘நீங்கள் அஜமியல்ல, அசல் அரபிதான்’ என்று கூறினார்கள்.

அவ்வாண்டு ஹஜ்ஜுக்குச் சென்றிருந்த நாகூரைச் சேர்ந்த மறைந்த முஹம்மது இப்ராஹீம் என்பவர் மக்காவில் நடந்த இந்நிகழ்ச்சி பற்றி அப்பாவின் மூத்த மருமகன் சமீபத்தில் மறைந்த சைய்யிது மஸ்’ஊத் மௌலானா அல் ஹாதி

அவர்களிடம் சொன்னதாக அவர்களின் கடிதமொன்றிலிருந்து இந்நிகழ்ச்சி பற்றி அறிந்துகொள்ள முடிந்தது.

அனுபவத்தின் ஆழம்

ஒருமுறை சீர்காழி தாலுக்காவில் இருந்த கொள்ளிடம் தைக்கால் பள்ளிவாசல் திறப்பு விழாவில் கலந்துகொள்ள யாஸீன் நாயகம் சென்றார்கள். அப்போது ஒருவர் ஒரு குதர்க்கமான கேள்வியொன்றைக் கேட்டார். அவர் அப்படி என்ன கேட்டார்?

'அல்லாஹ் எங்கும் இருக்கிறான் என்று கூறப்படுகிறதல்லவா? அப்படியானால் இந்த நாற்காலியில் அல்லாஹ் இருக்கிறானா?' என்று ஒரு மரநாற்காலியைக் காட்டிக்கேட்டார். என்ன பதில் வந்தாலும் தர்க்கரீதியாக அதை எதிர்கொள்ளலாம் என்ற முடிவோடு அவர் இருந்தார். அவரது நோக்கத்தை அறிந்து கொண்ட யாஸீன் நாயகம் இப்படி பதில் சொன்னார்கள்:

'இந்த நாற்காலியில் அல்லாஹ் இருக்கிறான் என்று சொன்னால் நான் முஷ்ரிக் (இணைவைத்தவன்) ஆகிவிடுவேன். இந்த நாற்காலியில் அல்லாஹ் இல்லை என்று சொன்னால் நான் காஃபிர் (அவநம்பிக்கையாளன்) ஆகிவிடுவேன்' என்று பதில் சொன்னார்கள்.

யாஸீன் நாயகம் சொன்ன பதில் ரொம்ப ஆழமானது, ரொம்ப நுட்பமானது. நீங்கள் எங்கு திரும்பினாலும் அங்கே அல்லாஹ்வுடைய முகம்தான் உள்ளது என்று திருமறையும் கூறுகிறது (2:115). அதிலேயே நமக்கான குறிப்பு உள்ளது. முகம் என்பது முழு மனிதனின் ஒரு உறுப்புதானே? முழு மனிதனும் அல்லவே. அதைப்போல இந்தப் பிரபஞ்சத்தில் உள்ள அனைத்துமே இறைவனின் அம்சங்கள்தான். ஆனால் அதுவே இறைவனல்ல. அலைகள் யாவும் கடலால் உருவானவைதான். ஆனால் ஒரு அலையை மட்டும் இதுதான் கடல் என்று சொல்லி விடமுடியாது. அதே சமயம் அது கடலால் ஆனதல்ல என்றும் சொல்ல முடியாது. ஏனெனில் அது கடலால் உருவானதுதான்!

'பக்தனைப் பொறுத்தவரை இறைவனுக்கு உருவங்களுண்டு. ஞானியைப் பொறுத்தவரை இறைவனுக்கு உருவமில்லை என்றும், கடல் நீர் தொலைவிலிருந்து பார்க்க நீலமாகத்தான்

தெரியும். அருகில் சென்று பார்த்தால் நீருக்கு நிறமில்லை. அதுபோல இறைவனை நெருங்கிவிட்டால் அவனுக்கு பெயரும் உருவமும் இல்லை என்பது தெரிய வரும்' என்றும் ஞானி பரமஹம்சர் சுட்டிக்காட்டினார்.

தர்க்க அறிவு வேலை செய்யும்போது ஞானம் கிட்டாது. கேள்வி கேட்டவர் தர்க்க அறிவின் வாசலில் நின்றுகொண்டிருந்தார். ஒரு ஞானிக்கு முன்னால் தர்க்க அறிவு என்ன செய்யும்?

யாஸீன் நாயகம் சொன்ன பதிலுக்கு ஏதும் சொல்லமுடியாமல் கேள்வி கேட்டவர் குறுகிப்போனார். 'ஆழம் தெரியாமல் காலை விட்டுவிட்டேன்' என்று சொல்லிவிட்டுக் கிளம்பினார்.

7

அற்புதங்கள்

அற்புதங்கள் நிகழ்த்துவது ஞானிகளின் சொத்து என்றுகூடச் சொல்லிவிடலாம். அற்புதம் நிகழ்த்தாத ஒரு ஞானியும் இல்லை. ஆனால் அற்புதங்களுக்கு அவர்கள் எந்த மதிப்பும் கொடுப்பதில்லை. அதுவே அற்புதம் நிகழ்த்துவதற்கான தகுதியாக மாறிவிடுகிறது. ஆமாம். எதை நாம் நம்மைவிடப் பெரிதென்று நினைக்கிறோமோ அது நமக்குக் கிடைப்பதில்லை அல்லவா? அதே விதிதான் ஞானிகளின் உலகிலும். அவர்கள் இறைவனின் நண்பர்களாக மாறிவிடுவதால் அவர்கள் மூலமாக இறைவனே செயலாற்றுகிறான். ஏனெனில் அவர்கள் இறைவனைத்தவிர வேறெதையுமே பெரிதாக நினைப்ப தில்லை.

மக்காவிலிருந்து மதினாவுக்குச் செல்லும் முன் எதிரிகளை நோக்கி நபிகள் நாயகமவர்கள் கைப்பிடி மண்ணை எறிந்தார்கள். அவர்களைக் கொல்லும் நோக்கத்தோடு வீட்டுக்கு வெளியில் காத்திருந்த எதிரிகளுக்கு அந்த நேரத்தில் கண் தெரியாமல் போய்விட்டது. அவர்கள் குருடாகப் போய்விடவில்லை. ஆனால் பெருமானார் அங்கிருந்ததோ, அங்கிருந்து தப்பித்துச் சென்றதோ அவர்கள் யாருக்குமே தெரியவில்லை!

அற்புதங்களை ஞானிகளின் வாழ்விலிருந்து பிரித்துப்பார்க்கவே முடியாது. அஜ்மீர் க்வாஜா நாயகம், நாகூர் நாயகம், நிஜாமுத்தீன் அவ்லியா, குணங்குடி மஸ்தான், பீரப்பா, சதக்கத்துல்லாஹ் அப்பா – இப்படி எந்த இறைநேசரை எடுத்துக்கொண்டாலும் அற்புதம் நிகழ்த்துவதென்பது அவர்கள் வாழ்வோடு பின்னிப் பிணைந்ததாகவே, அவர்களின் பிரிக்கமுடியாத அம்சமாகவே உள்ளது. யாஸீன் நாயகத்தின் வாழ்விலும் அது நிறையவே இருந்தது.

அவர்கள் வாழ்வில் நடந்த அற்புதங்கள் இருவகையானவை. ஒன்று அவர்களுக்கு நடந்தது. இன்னொன்று அவர்களால் மற்றவர்களுக்கு நடந்தது, நடந்துகொண்டிருப்பது. நிகழ்ந்த, நிகழ்த்தப்பட்ட அந்த அற்புதங்களில் சிலவற்றை மட்டும் பார்க்கலாம்.

செத்த மீன்கள் உயிர் பெற்றன

இலங்கையில் யாஸீன் நாயகம் சிறுவராக இருந்தபோது நடந்த அற்புதம் இது. விளையும் பயிர் முளையிலேயே தெரியும் என்ற வகையைச் சேர்ந்தது இது என்று சொல்லலாம். அங்கே மீனவர்கள் மீன் பிடித்த பிறகு பெரிய மீன்களை மட்டும் எடுத்துக் கொண்டு சின்ன மீன்களையெல்லாம் கரையில் உதறிவிட்டுச் செல்வார்கள். காய்ந்த அந்த மீன்களை சிறுவர்கள் எடுத்து குளத்தினுள் வீசுவார்கள். அப்போது ஒரு அதிசயத்தை அச்சிறுவர்கள் கண்டார்கள். அவர்கள் வீசும் மீன்களெல்லாம் குளத்தில் மிதந்தன. ஆனால் யாஸீன் நாயகம் வீசிய மீன்கள் மட்டும் மீண்டும் உயிர் பெற்று ஓடின!

இந்த அற்புதத்தை சிலர் யாஸீன் நாயகத்தின் தந்தையார் ஜமாலிய்யா மௌலானா அவர்களிடம் சொன்னபோது, 'இந்த சின்ன வயதில் உனக்கு இதெல்லாம் தேவையில்லை' என்று சொல்லி அதட்டி, 'இனி அங்கெல்லாம் போகவேண்டாம்' என்று சொன்னார்கள்!

தன் மகன் ஓர் அற்புதம் நிகழ்த்தியிருப்பதைப் பாராட்டவில்லை. ஆச்சரியப்படவும் இல்லை. என்ன நடக்கும் என்று நன்றாகத்தெரிந்த ஒருவர் எப்படி நடந்துகொள்வாரோ அப்படி ஜமாலிய்யா அப்பா நடந்துகொண்டிருக்கிறார்கள். அப்படியானால் தன் மகனார் ஓர் இறைநேசராகவும் அற்புதங்கள்

நிகழ்த்தக்கூடியவராகவும் வருவார் என்பதை அவர்கள் நன்கு அறிந்து வைத்திருந்தார்கள் என்பதையே அந்தக் கண்டிப்பு உணர்த்துகிறது.

அதை நிரூபிப்பதுபோல அதன் தொடர்ச்சியாக இன்னொரு நிகழ்ச்சி நடந்துள்ளது. யாஸீன் நாயகம் அப்போது சிறு பையனாக இருந்ததால் தன் தந்தையார் சொன்னபடி அடங்கி ஒடுங்கி இருக்கவில்லை. வழக்கம்போல மீண்டும் சின்னப் பையன்களுடன் தடாகத்தின் பக்கம் சென்று விளையாடினார்கள்.

அதைப்பார்த்த ஒருவர் ஜமாலிய்யா மௌலானா அவர்களிடம் வந்து 'போட்டுக்கொடுத்து'விட்டார்! வழக்கம்போல மிகவும் கோபமடைந்த ஜமாலிய்யா மௌலானா அவர்கள் குளக்கரைக்குச் சென்று தன் மகனைப் பிடித்து குளத்திலே தள்ளிவிட்டார்கள்! ஆனால் நீச்சல் தெரியாத யாஸீன் நாயகம் நீரினுள் மூழ்காமல் மேலே மிதந்துகொண்டிருந்தார்கள்!

தூரத்திலிருந்து அந்தக் காட்சியைப் பார்த்த மனிதநேயமிக்க ஒருவர் ஓடிவந்து யாஸீன் நாயகத்தைக் கரைக்குத் தூக்கிவந்தார். வந்தவர், ஜமாலியா அப்பாவிடம், 'உங்கள் மகனை ஏன் இப்படி செய்தீர்கள்? அவர் மூழ்கிவிட்டால் என்ன செய்வது?' என்று அக்கறையாகக் கேட்டார். அதற்கு ஜமாலிய்யா மௌலானா அவர்கள் சொன்னபதில் ரொம்ப முக்கியமானது.

'இல்லை, அவர் மூழ்க மாட்டார். மிதப்பார் என்று தெரிந்துதான் தள்ளிவிட்டேன்'!

பாம்பின்கால் பாம்பறியும் என்பார்கள். ஒரு ஞானியைப் பற்றி இன்னொரு ஞானிக்குத்தானே தெரியும்!

கௌது நாயகம் மற்றும் அப்துல் கரீம் ஜீலியின் ஆன்மாக்களை சந்தித்தது

ஹிஜ்ரி 1338 -- ம் ஆண்டு துல்காயிதா மாதம் பிறை 16 அன்று (1920, ஆகஸ்ட் 01) திங்கள் கிழமை லுஹா எனப்படும் தொழுகை நேரத்தில் மதுரையைச் சேர்ந்த கிராமம் ஒன்றின் பள்ளிவாசலுக்கு யாசீன் நாயகம் சென்றார்கள். அது உண்மையாளர்களின் ஆன்மாக்களால் நிரம்பியிருந்தது. அங்கே

அக்கூட்டத்தின் தலைவராக அப்துல் கரீம் ஜீலி என்ற மாபெரும் ஞானியின் ஆன்மாவின் தரிசனமும் கிடைத்தது. 'பரிபூரண மனிதன்' (இன்சானுல் காமில்) என்ற புகழ்பெற்ற நூலின் ஆசிரியர் அவர். அந்நூலுக்கு விரிவுரை எழுதும்போது அப்துல் கரீம் ஜீலி அவர்களின் ஆன்மாவை பிரசன்னமாக்கி தன் சந்தேகங்களை யாஸீன் நாயகம் நிவர்த்தி செய்துகொண்டதை ஏற்கனவே பார்த்தோம்.

அதேபோல, ஹிஜ்ரி 1358ம் ஆண்டு, ஜமாதுல் அவ்வல் மாதம் பிறை 02ன் போது (1939, ஜூன் 20) திருமுல்லைவாசல் மேலப்பள்ளிவாசலிலே ஞானிகளின் தலைவர் முஹ்யித்தீன் அப்துல் காதிர் ஜீலானி (ரலி) அவர்களின் ஆன்மாவோடு சந்திப்பு ஏற்பட்டது.

அவர்களால் எழுதப்பட்ட 'ரிசாலயே கௌதிய்யா', 'துஹ்ஃபதுஸ் ஸூஃபிய்யா' ஆகிய இரண்டு நூல்களைக் கொடுத்து அவற்றைக்கொண்டு யாசீன் நாயகம் அவர்களும் அவர்களைப் பின்பற்றுபவர்களும் பயனடைய வேண்டும் என்று கூறி கௌதுனா மறைந்தார்கள். அதில் ஒன்றை யாசீன் நாயகம் தமிழாக்கம் செய்துள்ளார்கள் என்ற விஷயத்தையும் பார்த்தோம்.

ஷ'அரானி அவர்களின் ஆன்மாவோடு சந்திப்பு

திண்டுக்கள் பேகம்பூர் மஸ்ஜித் அறையில் ஹிஜ்ரி 1358, ரபிய்யுல் ஆஹிர் 14, வெள்ளி இரவு, கனவில் அப்துல் வஹ்ஹாப் ஷ'அரானீ அவர்களின் 'யவாகீத்து வல் ஜவாஹிர்' என்ற நூலைப் படித்துக் கொண்டிருக்கும்போது அதில் ஒரு பகுதி அல்லது பல பகுதிகள் ஞானி இப்னு அரபி அவர்களின் 'ஃபுதூஹாத்துல் மக்கிய்யா' என்ற நூலின் கருத்துக்களால் நிரம்பியிருந்தது. அதுபற்றி அறிந்துகொள்ள ஷ'அரானீ அவர்களின் பிரசன்னத்தை யாஸீன் நாயகம் விரும்பினார்கள். இன்னொருவருடன் ஷ'அரானீ அவர்கள் ஆன்ம ரூபத்தில் பிரசன்னமாகி யாசீன் நாயகத்தின் சந்தேகங்களை நிவர்த்தி செய்தார்.

இப்னு அரபி யாஸீன் நாயகத்தின் வாயில் உமிழ்ந்தது

இப்னு அரபி அவர்களைப்பற்றி ஏற்கனவே பார்த்தோம். அவர் தனது வலக்கரத்தால் தன் நெஞ்சைத்தடவியதால் தான் பரிபூரணம் அடைந்ததாக யாஸீன் நாயகம் கூறுகிறார்கள்.

இப்னு அரபி அவர்களின் முக்கியமான கோட்பாட்டுக்கு 'வஹ்தத்துல் வுஜூத்' என்று பெயர். உள்ளமை ஒன்று, சர்வமும் ஏகம் என்று அதை மொழிபெயர்க்கலாம். இந்தக் கோட்பாடுதான் இஸ்லாமிய அத்வைதத்தின் சாரமாக உள்ளது. அதன் பிரதான கோட்பாட்டாளராக இப்னு அரபி உள்ளார்கள். இப்னு அரபியின் பிரசன்னம் மற்றும் ஆசீர்வாதத்தினால் உள்ளமை ஒன்று என்ற கோட்பாட்டை யாஸீன் நாயகம் மொழிவது கண்டு 'நாஸ்திக நாக்குகள் மழுங்கிவிட்டன' என்பது அவர்களின் கூற்றாகும்.

பெருமானாரின் பிரதிநிதியைக் கண்ட கனவு

இலங்கை வலிகாமம் வீட்டில் யாஸீன் நாயகம் இருந்தபோது அவர்களுக்கு ஒரு கனவு வந்தது. அதில் நெஞ்சுக்கு மேலே ஒளிவீச கிரீடம் அணிந்த ஒருவர் பிரசன்னமானார். அவர் யாஸீன் நாயகத்தின் கழுத்தைக்கட்டி நெற்றியில் முத்தமிட்டார். நீங்கள் யார் என்று கேட்டதற்கு, தான் பெருமானார் முஹம்மது நபியவர்களின் பிரதிநிதி 'மஞ்சவீ' என்று கூறினார். 'இறந்த இதயங்களை உம்மைக்கொண்டு அல்லாஹ் உயிர்ப்பிப்பான்' என்று கூறி மறைந்தார்.

குணங்குடி மஸ்தானை சந்தித்தது

ஒரு ரமலான் மாதம் தராவீஹ் தொழுகைக்குப் பிறகு யாஸீன் நாயகம் சற்று ஓய்வெடுத்து உறங்கிக்கொண்டிருந்தபோது ஒரு கனவு வந்தது. அதில் குணங்குடி மஸ்தான் சாஹிப் அவர்கள் இலங்கை வெலிகாமம் வெலிப்பிட்டி கிராமத்தின் பள்ளிவாசலுக்கு வந்திருப்பதாக சொல்லப்படுகிறது. அவர்களை ஆர்வமுடன் சென்று பார்த்து யாஸீன் நாயகம் கட்டித்தழுவிக்கொண்டார்கள். அப்போது யாஸீன் நாயகம் சிகரட் பிடிக்கும் பழக்கம் கொண்டவர்களாக இருந்தார்கள். அது ஒரு குறையாகும், அதை நபிகள் நாயகம் அவர்கள் அனுமதிக்கவோ, பொறுத்துக்கொள்ளவோ மாட்டார்கள் என்று குணங்குடியார் சொன்னார்கள். சட்டென்று கனவிலிருந்து விழித்துக்கொண்ட யாஸீன் நாயகம் அன்றிலிருந்து சிகரட் புகைக்கும் பழக்கத்தை விட்டொழித்தார்கள். அதன் காரணமாக அவர்களுக்குக் கிடைக்க வேண்டியதெல்லாம் கிடைத்தது என்று சொன்னார்கள்.

மரம் இறைவனைப் புகழ்ந்தது

தமிழ்நாட்டில் இருந்த உதினிப்பட்டி என்ற ஊரில் உள்ள ஒரு மரம் தஸ்பீஹ் செய்ததை, அதாவது இறைவனைத் துதி செய்ததைக் கேட்டதாக யாசீன் நாயகம் சொன்னார்கள். இந்த விஷயத்தை மறைந்த கோவிலூர் நாட்டாண்மைக்காரர் சொல்ல, அந்த இடத்துக்குப் போய்ப்பார்த்ததாகவும், அடையாளம் தெரியாத அளவு எல்லாம் மாறிவிட்டிருந்தது என்றும் வாப்பா நாயகம் கூறுகிறார்கள். (மறைஞானப்பேழை, நவம்பர் 2016. பாகம் 08, இதழ் 09)

ஒரு ஒட்டகம் தன் பிரச்சனையை பெருமானார் அவர்களிடம் கூறியுள்ளது. பெருமானாரும் அவ்வொட்டகத்தின் பிரச்சனையைத் தீர்த்து வைத்துள்ளார்கள். பூனை, நாய், மரம் எல்லாவற்றோடும் பேசும் ஆற்றலை கீழக்கரையில் வாழ்ந்த பல்லாக்கு வலீயுல்லாஹ் பெற்றிருந்தார்கள். பரமஹம்சர் ஒரு பாம்போடு பேசியதாக அவரது வரலாறு கூறுகிறது. அதிகமான அளவில் தாங்கள் வேட்டையாடப்படுவதாக நாகூர் நாயகத்திடம் சில பறவைகள் முறையீடு செய்துள்ளன. அப்பறவைகளின் முறையீட்டைக் கேட்ட நாகூரார் அவற்றை அதிகமாக வேட்டையாடவேண்டாம் என்று மக்களிடம் கூறியுள்ளார்கள். மரம், மட்டை, பறவைகள், மிருகங்கள் போன்றவற்றோடு பேசுவதும் அவற்றின் உணர்ச்சிகளைப் புரிந்துகொள்வதும் ஞானிகளின் பொதுக்குணமே.

அடக்கம் செய்யப்பட்ட பெட்டி

யாஸீன் நாயகம் காலமாகி பத்து மாதங்கள் கழித்து அவர்களுக்கான அடக்கவிடத்தை சிறப்பாகக் கட்டுவதற்காக மீண்டும் அது தோண்டப்பட்டபோது அவர்கள் அடக்கம் செய்யப்பட்டு வைக்கப்பட்ட பெட்டியானது மண்ணுக்குள் வைக்கப்பட்ட அன்று எப்படி இருந்ததோ அதே நிலையில், கரையான்களாலும் மற்ற எந்த ஜந்துக்களாலும் அரிக்கப்படாமல் அப்படியே இருந்தது. அதை யாஸீன் நாயகத்தின் மருமகனான திருமுல்லைவாசலில் வாழ்ந்த சமீபத்தில் மறைந்த சையித் மஸ்ஊத் மௌலானா அல் ஹாதி அவர்களும், நிர்வாகிகளும், ஊர் மக்களும் பார்த்தனர். ஆனால் பொதுவாக இறந்தவரின் உடல் அடக்கம் செய்யப்பட்ட ஒரு வாரத்துக்குள் கரையான்களால் அரிக்கப்படுவதுதான் நடப்பாக இருந்த காலகட்டம் அது.

இந்தத் தகவலை சையித் மஸூத் மௌலானா அல் ஹாதி மாமா அவர்களே என்னிடம் கூறினார்கள்.

பொறாமை கொண்ட ஆசிரியருக்கு என்னானது?

மேலப்பாளையம் 'ம'அனல் அஸ்ஃபியா' என்ற அரபிக் கல்லூரியில் ஓதிக்கொண்டிருந்த காலத்தில் ஒரு ஆசிரியர் யாசீன் நாயகத்தின்மீது பொறாமை கொண்டார். தேவையில்லாமல் பல தொல்லைகள் கொடுத்து வந்தார். யாசீன் நாயகம் மிகவும் மனம் நொந்துபோனபோது அந்த ஆசிரியரை இறைவன் அழைத்துக் கொண்டான். இறைநேசர்களை மனம் நோகவைத்தால் இறைவனின் முனிவுக்கு ஆளாகவேண்டி வரும் என்பது தெளிவானது.

ஹாஜி கருத்த ராவுத்தரின் ஆசை நிறைவேறியது

உத்தமபாளையத்தைச் சேர்ந்த ஹாஜி கருத்த ராவுத்தர் அவர்கள் ஞானிகள் திலகம் கௌது நாயகம் அவர்கள்மீது மிகுந்த அன்பும் மரியாதையும் கொண்டவர். தான் நிறுவிய கல்லூரிக்கும் கௌதிய்யா கல்லூரி என்று பெயரிட்டார். அவருக்கு ஓர் ஆசை இருந்தது. தன் வாழ்நாளில் குத்புஸ்ஸமான் (காலத்தின் / உலகின் அச்சாணி) என்று சொல்லப்படும் யாராவது ஒரு ஞானத்தலைவரை இறப்பதற்கு முன் சந்திக்கவேண்டும், அவர் தன் எதிரில் இருக்கும்போது தன் உயிர் பிரியவேண்டும் என்று ஆசை கொண்டிருந்தார்.

ஒருமுறை பெரிய குளத்தில் நடந்த மார்க்கக் கூட்டத்தில் யாஸீன் நாயகம் சொற்பொழிவாற்றிக் கொண்டிருந்தார்கள். அப்போது ஹாஜி கருத்த ராவுத்தரும் அமர்ந்து கேட்டுக்கொண்டு இருந்தார். அப்போது திடீரென்று மின் தடை ஏற்பட்டது. மீண்டும் வெளிச்சம் வந்தபோது நாற்காலியில் அமர்ந்திருந்த ஹாஜி கருத்த ராவுத்தரின் தலை சாய்ந்திருந்தது. அவர் தூங்குகின்றார் என்று நினைத்த சிலர் அவரை எழுப்ப நினைத்தார்கள். ஆனால் யாசீன் நாயகம் அவர்கள், 'அன்னஹூ கத் மாத்த' என்று அரபியில் சொன்னார்கள். 'அவர் ஏற்கனவே இறந்துவிட்டார்' என்று அதற்குப் பொருள்.

பின்னர் டாக்டர் வந்து பரிசோதித்து அவர் இறந்துவிட்டதை உறுதி செய்தார். ஹாஜி கருத்த ராவுத்தர் விரும்பியபடி காலத்தின்

தலைசிறந்த ஞானினைப் பார்த்துக்கொண்டும், அவர் பேச்சைக் கேட்டுக்கொண்டும் இருந்தபோது அவர் உயிர் விட்டிருந்தார். அவரது ஆசையும் நிறைவேறியது.

கனவில் வழிகாட்டியது

ஒரு வயதான அம்மா ஒருநாள் திருமுல்லைவாசல் தர்காவுக்கு ஜியாரத்துக்காக வந்திருந்தார். அவருக்கு வேண்டிய சில உதவிகளை யாஸீன் நாயகத்தின் மருமகனான சையித் மசூத் மௌலானா அவர்கள் செய்துகொடுத்தார்கள். பின்னர் இங்கே தர்கா உள்ளது என்று எப்படித் தெரியும் என்று கேட்டபோது, ‘நான் ஒரு கனவு கண்டேன். அதில் என் ஜியாரத்துக்கு வா’ என்று சொன்னார்கள். எங்கே உள்ளது என்று நான் கேட்டபோது, கடற்கரைக்கு அருகில் உள்ளது’ என்று பதில் வந்தது என்று அந்த அம்மணி சொன்னார். நாகூர் தர்காவும் கடற்கரைக்கு அருகில்தான் உள்ளது. ஆனால் கனவில் அடக்கஸ்தலத்துக்கு அருகில் இரண்டு மாமரங்களும் இரண்டு பனை மரங்களும் இருந்தன. மக்களிடம் விசாரித்துக்கொண்டு எப்படியோ திருமுல்லைவாசல் தர்காவுக்கு வந்த அவர், தான் கனவில் கண்டதுபோலவே திருமுல்லைவாசல் தர்காவில் இரண்டு மாமரங்களும் இரண்டு பனைமரங்களும் அடக்கஸ்தலத்துக்கு அருகே இருக்கக்கண்டு அதிசயித்ததாக அந்தப்பெண் கூறினார்.

குழந்தையின் தலை நேரானது

திண்டுக்கல்லில் ஒரு பெண் கருவுற்றிருந்தார். பிரசவ காலத்தில் குழந்தை தலைதிரும்பிக் கொண்டதாகவும் ஆபரேஷன் செய்துதான் குழந்தையை எடுக்கவேண்டிவரும் என்றும் டாக்டர் கூறினார். ஆனால் யாஸீன் நாயகத்திடம் அந்தப்பெண் வேண்டிக்கொண்டார். மறுநாள் காலை வந்து பரிசோதித்துப் பார்த்த டாக்டர் குழந்தை மீண்டும் நேரான நிலைக்கு வந்துவிட்டதால் ‘நார்மல் டெலிவரி’யே பார்த்துவிடலாம் என்றுகூறி அப்படியே செய்தார்.

பிடரி வழியாக நாக்கு

இலங்கையில் மாதம்பை என்றொரு ஊர் இருந்தது. அங்கே யாஸீன் நாயகம் அடிக்கடி சென்று சொற்பொழிவாற்றுவது

வழக்கம். ஒருமுறை அப்படி வந்தபோது ஊர்ப் பெரியவர்களையெல்லாம் அழைத்து, இந்த ஊரின் முன்னேற்றத்துக்காக ஒரு அபிவிருத்திச் சங்கம் அமைத்து அதன் மூலமாக ஊர் நலன், பள்ளிப்பராமரிப்பு போன்றவற்றுக்காக பணம் சேர்த்து சேவை செய்யலாமே என்று ஒரு ஆலோசனை சொன்னார்கள். அதன்படியே சங்கம் ஒன்று அமைத்து செயல்படத்துவங்கியது. ஆனால் ஒருமுறை இப்படிச் சேர்ந்த பணத்தை ஒருவர் அபகரித்துக்கொண்டு போய்விட்டார். விஷயம் யாஸீன் நாயகத்துக்குத் தெரிவிக்கப்பட்டது. அவர்களும் மாதம்பை வந்து எல்லாரையும் விசாரித்தார்கள். பணத்தை அபகரித்தவரும் அக்கூட்டத்தில் இருந்தார். ஆனால் அப்பணத்துக்கும் அது தொலைந்ததற்கும் தனக்கும் தொடர்பில்லை என்பதாகவே அவர் கூறினார்.

அதைக்கேட்ட யாஸீன் நாயகம், 'பொய் சொல்லவேண்டாம். அப்படிச் சொன்னால், உமது நாக்கு உம் பிடரி வழியாக வெளிவரும்' என்று கூறினார்கள். கூட்டம் கலைந்தது. பணத்தைக் கையாடல் செய்துவிட்டு எடுக்கவில்லை என்று பொய்யும் சொன்னவர் கொஞ்சநாளில் பிடரி வீக்கம் ஏற்பட்டு, பேசமுடியாமல் போனது. அந்த வேதனையிலேயே அவர் இறந்தும் போனார்.

பிடரி வழியாக நாக்கு வரும் என்று சொன்னது குறியீட்டுத் தன்மை கொண்ட ஒரு சாபமாகும். 'நா' அல்லது 'நாக்கு' என்பதை பேச்சு, உண்மை என்று வைத்துக்கொண்டால், பிடரி வீக்கம் ஏற்பட்டு அவர் இறந்துபோனதால் அவர் பணம் திருடிய உண்மை எல்லாருக்கும் தெரிந்துபோனதையே அது குறித்தது என்று கொள்ளவேண்டும்.

இந்நிகழ்ச்சி பற்றி யாஸீன் நாயகத்தின் அருள் மகனாரும் வாழும் இறைநேசருமாகிய வாப்பா நாயகமவர்கள் ஒரு பாடல் எழுதினார்கள். அப்பாடலில் பிடரி வீங்கி வேதனைகொண்ட அவரை யாஸீன் நாயகம் போய்ப்பார்த்ததாகவும், அவர் மன்னிப்புக்கேட்டுக்கொண்டார் என்றும், அதன் பிறகே அவர் உயிர் பிரிந்தது என்றும் எழுதியுள்ளார்கள். கூடுதல் தகவல் தரும் அவ்வரிகளை மட்டும் கீழே தருகிறேன்:

சொன்னபொய் கேட்டு ஞான
சூரியர் பிடரி யாலே

உன்னா வருமென் றார்கள்
அன்னணம் பிடரி வீங்கப்
பன்னவு(ம்) நாவெ ழாது
படுக்கையி லிறப்பி லாதும்
இன்னலுங் கொடுமை யாக
என்னைய ழைத்தா ரன்றே

சென்றுயான் பார்த்த போது
செயலறி யாதி ருந்தார்
அன்றுசெய் பாபமெல்லாம்
அக்கணம் பொறுக்கச் சொன்னார்
இன்று யான் பொறுத்து விட்டே
னென்றலு முயிர் பிரிந்தார்
என்றுமே யஞ்சு தற்கிஃ
தொன்றுமே போதுமாமே

- (மறைஞானப்பேழை, அக்டோபர், 2010)

பேருந்தில் போனவர்கள்

மேலே சொன்னதுபோல இன்னொரு ஊரின் நலன் கருதி அங்கும் ஓர் சங்கம் அமைக்க யாஸீன் நாயகம் கூறியிருந்தார்கள். அவ்வாறே அமைக்கப்பட்டது. அங்கும் இரண்டு பேர்கள் பணத்தை கையாடல் செய்திருந்தனர். விஷயம் கேள்விப்பட்ட யாஸீன் நாயகம் அவ்வூருக்கும் சென்று நிர்வாக சபையைக்கூட்டி விசாரித்தார்கள். அவ்விருவரையும் கூட்டத்துக்கு அழைத்துவரச் சொன்னார்கள்.

ஆனால் அவ்விருவரும் தன் வீட்டுக்கு வந்து அழைத்த ஆளிடம், தாங்கள் வீட்டில் இல்லை என்று பொய்சொல்லி அனுப்பினார்கள். செய்தி கிடைத்ததும், ‘இல்லை, அவர்கள் வீட்டில்தான் இருக்கிறார்கள். மீண்டும் போய் அழைத்து வாருங்கள்’ என்று சொல்லியனுப்பினார்கள். இரண்டாவது முறை சென்று அழைக்கவும், ‘நாங்கள் பேருந்தில் ஏறிப்போய்விட்டோம் என்று சொல்லுங்கள்’ என்று சொல்லிவிட்டு எங்கோ சென்றுவிட்டார்கள். அவர்கள் சொன்ன பொய்யான பதில் யாஸீன் நாயகத்திடம் சொல்லப்பட்டபோது, ‘அவர்கள் வீடு திரும்ப மாட்டார்கள்’ என்று சொன்னார்கள். யாஸீன் நாயகம் சொன்னதுபோலவே அவர்கள் இருவரும்

வீடுதிரும்பவில்லை. இறந்துபோனார்கள். அவர்களது உடல்கள் மட்டும்தான் கொண்டுவரப்பட்டன.

இறந்தவரின் அடக்கஸ்தலத்தைப் பெயருடன் கண்டுபிடித்தது

ஒருமுறை இலங்கையில் இருக்கும் கன்னத்தோட்டை என்ற ஊரின் பள்ளிவாசலுக்கு யாஸீன் நாயகம் சென்றிருந்தார்கள். மக்களிடம் பேசிவிட்டு வழக்கம்போல அங்கிருந்த ஓர் அறையில் இரவு தங்கினார்கள். தூங்கிக்கொண்டிருந்தபோது திடீரென்று தொழுகைக்காக முறைப்படி கை, கால், முகம் அலம்பும் 'ஹவுள்' எனப்படும் நீர்த்தேக்கத்தில் அல்லது தொட்டியில் தண்ணீர் அசைவதுபோல் சப்தம் கேட்டது. அதிகாலைத்தொழுகைக்கான நேரமாகிவிட்டதோ என்று எண்ணிய யாஸீன் நாயகம் தாமும் எழுந்து ஹவுளுக்குச் சென்றார்கள். அங்கே ஒருவர் வுளூ (தொழுகைக்காக முறைப் படி சுத்தம்) செய்துகொண்டிருந்தார். அதைப்பார்த்த அவர்கள் தாமும் வுளூ எடுத்துக்கொண்டு பள்ளிக்குள் நுழைந்தார்கள். அப்போது அந்த மனிதர் தொழுதுகொண்டிருந்தார். அவரை நெருங்கியபோது அவர் மறைந்துபோனார்! அப்போது நேரம் பார்த்தால் இரவு இரண்டு மணி!

பின்னர் யாஸீன் நாயகம் மீண்டும் படுத்து உறங்கிவிட்டார்கள். அவர்களது கனவில் பள்ளிவாசலில் பார்த்த அந்த மனிதர் தோன்றினார். தான் ஒரு இறைநேசர் என்றும், தான் அடக்கப் பட்டிருக்கும் இடத்தை அடையாளம் காட்டவே அவ்விதம் தோன்றினேன் என்று கூறி, கனவிலேயே அவ்விடத்துக்கு அழைத்துச் சென்று தன் அடக்கஸ்தலத்தைக் காட்டினார். சையித் முஹம்மத் இஸ்மாயீல் என்ற தன் பெயர் பெயர்க்கல்லில் பதியப்பட்டிருப்பதையும் காட்டினார். அவரது பெயரும் அடக்கஸ்தலமும் இலங்கையில் இருந்த மக்களுக்குத் தெரிய வந்ததன் பின்னால் யாஸீன் நாயகம் உள்ளார்கள்.

பேச்சு வந்தது

திருமுல்லைவாசலில் முஹம்மது யாகூப் என்று ஒருவர் இருந்தார். ஞானத்தேட்டம் கொண்டவர். ஞானப்பாடல்களைப் படித்து இன்பமுறுவதில் ஆர்வம் கொண்டவர். தக்கலை

பீர்முஹம்மது அப்பாவின் 'பிஸ்மில் குறம்' என்ற ஆன்மிகப் பாடல் திரட்டை ஆர்வமுடன் படித்துக் கொண்டிருப்பார். அவருக்கு யாஸீன் நாயகத்துடன் பழக்கம் ஏற்பட்டது. அதன் நல்ல விளைவாக ஆன்மிக ரகசியங்கள் தொடர்பாக பல கேள்விகளை அவர் யாஸீன் நாயகத்திடம் கேட்டுத் தெளிவு பெறுவார். ஒரு ஆண்டில் திருமுல்லை வாசலில் மூன்று மாதங்கள் யாஸீன் நாயகம் தங்குவார்கள். பின்பு இலங்கை சென்றுவிடுவார்கள். இது அவர்களின் வழக்கமாக இருந்தது. யாஸீன் நாயகத்தின் ஆழமான ஞானத்தை அறிந்து, வியந்து, அவர்கள் கரங்களை முத்தமிட்டு, 'நீங்கள் எனக்கு ஞானாசிரியராக இருக்கவேண்டும்' என்று யாகூப் வேண்டினார்.

அவரது ஆர்வத்தைக் கண்ட யாஸீன் நாயகம் அவர் விரும்பியவாறே அவருக்கு 'பை'அத்' எனும் தீட்சையும் கொடுத்து அவரை தன் சீடர்களில் ஒருவராக ஏற்றுக் கொண்டார்கள். ஆனால் தனது அகமிய ரகசியங்களைப்பற்றி ஒருவரிடமும் வாய் திறக்ககூடாது என்று ஒரு கட்டளையையும் கொடுத்திருந்தார்கள். அவரும் அப்படியே மௌனமாக இருப்பதாக வாக்களித்தார்.

ஆனால் அவரால் சொன்னபடி இருக்க முடியவில்லை. நாக்கைக் கட்டுப்படுத்துவது லேசான காரியமா என்ன? இதைமட்டும் ஒருவர் கட்டுப்படுத்திவிட்டால் அவருக்கு சொர்க்கம் நிச்சயம் என்று நபிகள் நாயகம் தன் நாக்கை வெளியே நீட்டிக்காட்டிச் சொன்ன நபிமொழி மிகவும் பிரபலமானது. வாய்க்கட்டுப்பாடு இல்லாமல் அவர் தன் வாக்குறுதியை மீறி சிலரிடம் யாஸீன் நாயகம் பற்றிச் சொல்லிவிட்டார்.

அதனால் என்னானது? அவருக்கு வாய் பேசமுடியாமல் போய்விட்டது! இறைநேசர்களைப் பகைத்துக்கொண்டாலும் கஷ்டம்தான், அவர்களிடம் கொடுத்த வாக்கை மீறினாலும் கஷ்டம்தான். யாஸீன் நாயகம் திருமுல்லைவாசலுக்கு மீண்டும் வந்தபோது அவரைப் பற்றி விசாரித்திருக்கிறார்கள். அவர் வாய் பேசமுடியாமல் இருக்கும் நிலை பற்றி அவர்களிடம் சொல்லப்பட்டது. உடனே அவரை தன்னிடம் அழைத்துவரச் சொன்னார்கள். அவரும் அழைத்துவரப்பட்டார்.

அவரைப் பார்த்து, 'என்னிடம் கொடுத்த வாக்குறுதியை ஏன் மீறினீர்கள்?' என்று கேட்டார்கள்! இறைநேசர்களுக்கு திரைகள்

ஏது?! அனுபவம் வாய்ந்த ஒரு உளவியலாளர்கூட அடுத்தவர் மனதில் உள்ளதை அறிய முடியும்போது ஒரு இறை நேசரைப்பற்றிச் சொல்லவேண்டுமா என்ன?

அவரால் பதில் சொல்ல முடியவில்லை. எப்படிச் சொல்லமுடியும்? கண்ணீர் விட்டு அழுதார். உடனே அருகில் இருந்தவரிடம் ஒரு குவளைத் தண்ணீர் கொண்டுவரச் சொன்னார்கள். கொண்டுவரப்பட்டது. அதில் ஓதி ஊதி அதை அவருக்குக் குடிக்கக்கொடுத்தார்கள். அவரும் குடித்தார். பழையபடி பேச்சு வந்தது!

முதுகுப் பிளவை மறைந்தது

திருமுல்லைவாசலில் பண்டகசாலைத்தெருவில் ராமதாஸ் பிள்ளை என்று ஒருவர் இருந்தார். ஒருநாள் யாஸீன் நாயகத்தின் மூத்த மருமகனார் கடைத்தெருவுக்குப் போய்விட்டுத் திரும்பிய போது அந்த ராமதாஸ் பிள்ளை மூத்த மருமகனின் கையைப்பிடித்து தன் வீட்டுத்திண்ணையில் உட்காரவைத்து ஒரு நிகழ்ச்சியைச் சொன்னார்.

அவர் முதுகில் பிளவை போன்ற ஒரு கட்டி ஏற்பட்டது. டாக்டர்கள் பலரிடம் காட்டி வைத்தியம் செய்தும் அது போகவில்லை. வேதனை தொடர்ந்துகொண்டுதான் இருந்தது. ஒருநாள் அதிகாலைத் தொழுகை நேரத்தில் அவர் யாஸீன் நாயகத்தின் வீட்டுக்கு வந்து அவர்களை அழைத்தார். அப்போது யாஸீன் நாயகம் தொழுகையை முடித்துவிட்டு ஓதிக் கொண்டிருந்தார்கள்.

பிறகு ராமதாஸ் பிள்ளையைப்பார்த்து என்ன விஷயம் என்று கேட்டார்கள். அவரும் தன் பிரச்சனையைச் சொன்னார். வீட்டிலிருந்து கை படாமல் ஒரு சொம்பில் தண்ணீர் எடுத்து வாருங்கள் என்று சொன்னார்கள். அவ்விதமே அவர் எடுத்துவந்து கொடுத்தார். யாஸீன் நாயகம் அதில் ஓதி ஊதிக்கொடுத்தார்கள். அதை தினமும் கொஞ்சம் குடிக்கவும், அந்த பிளவைமீது தடவி வரவும் செய்யச் சொன்னார்கள். அவரும் அவ்விதமே செய்துவந்தார். கொஞ்சம் கொஞ்சமாக அந்த கட்டிக் குறைந்துகொண்டே போய் கடைசியில் ஒன்றுமே இல்லாமல் போய் குணமடைந்தார் அவர்.

அருள்மழை

சேதுபாவா சத்திரம் என்று ஒரு ஊர். அங்கிருந்த பள்ளிவாசல் ஒன்றில் யாஸீன் நாயகம் தங்கியிருந்தார்கள். அவ்வூரின் முக்கியஸ்தர்கள் பலர் யாஸீன் நாயகத்தைச் சந்திக்க வந்தார்கள். வந்தவர்கள், ஊரில் ரொம்ப நாளாக மழையே பெய்யவில்லை என்றும், மூன்று நான்கு மைல்கள் தூரம் சென்றுதான் தண்ணீர் எடுக்க வேண்டியுள்ளது என்றும், ஆடு மாடுகள் எல்லாம் தண்ணீர் இல்லாமல் செத்து மடியும் நிலையில் உள்ளன என்றும், மழைக்காக இறைவனிடம் பிரார்த்தனை செய்யவேண்டும் என்றும் ஒரு வேண்டுகோளை வைத்தார்கள்.

அது அஸர் எனும் மாலைத்தொழுகை முடிந்த நேரம். 'சரி நான் உங்களுக்காக துஆ செய்கிறேன்' என்று யாஸீன் நாயகம் கூறினார்கள். இறைவனிடம் இறைஞ்சிவிட்டு படுத்த கால்மணி நேரத்துக்கெல்லாம் மழை பிய்த்துக்கொண்டு பெய்ய ஆரம்பித்தது. நல்ல மழை பெய்துகொண்டிருக்கும்போது, 'என்ன குளிர்ந்த காற்று வீசுகிறது' என்று சொல்லி கதவைத் திறந்து கேட்டார்களாம். அப்போது முத்து முத்தாக அவர்களது உடம்பில் வியர்வைத்துளிகள் இருந்ததை ஊர்மக்கள் பார்த்துள்ளார்கள். பள்ளிவாசலின் திண்ணை உயரத்துக்குத் தண்ணீர் பெருக்கெடுத்து ஓடியது.

உணவு பெருக்கெடுத்தது

பேராவூரணியில் அப்துல்லாஹ் ராவுத்தர் என்று ஒரு வசதிபடைத்தவர் இருந்தார். அவர் யாஸீன் நாயகத்தின்மீது மிகுந்த மரியாதை கொண்டவர். சம்பைப்பட்டினத்தில் இருந்த தன் தந்தையார் ஜமாலிய்யா மௌலானா அவர்களை யாஸீன் நாயகம் பார்க்க வந்தபோதெல்லாம் பேராவூரணியில் அப்துல்லாஹ் ராவுத்தர் வீட்டில் தங்கி, அவரது கூண்டு மாட்டுவண்டியில்தான் சம்பைப்பட்டினம் போவது வழக்கம்.

அப்படி ஒருமுறை யாஸீன் நாயகம் அங்கு சென்றபோது அவர்களைத் தன் வீட்டுக்கு விருந்துக்கு அழைத்தார். ஆறேழு பேருக்கு விருந்துக்கு ஏற்பாடும் செய்திருந்தார். ஆனால் யாஸீன் நாயகம் வந்த செய்தியறிந்து மேலும் பலர் வந்துவிட்டனர். உணவு பத்தாமல் போய்விடுமோ என்று ராவுத்தர் அஞ்சினார்.

ஆனால், 'பிஸ்மில்லாஹ் என்று சொல்லி சாப்பிடுங்கள், ஹக்கு பரக்கத் செய்யும்' என்று புன்சிரிப்புடன் யாஸீன் நாயகம் சொன்னார்கள். இறைவனை அவர்கள் எப்போதுமே 'ஹக்கு' என்று குறிப்பிடுவதைப்பற்றி ஏற்கனவே கூறியுள்ளேன். அவர்கள் சொன்னபடி அனைவரும் செய்தார்கள். எல்லாரும் திருப்தியாக உண்ட பிறகும் உணவு மிஞ்சியிருந்தது! இறுதித்தூதர் முஹம்மது (ஸல்) அவர்கள் இப்படிப் பலமுறை செய்துள்ளார்கள். பெருமானாரின் பரம்பரையில் வந்த யாஸீன் நாயகமும் அதைச்செய்து பாரம்பரிய குணத்தை மீண்டும் நிரூபித்துள்ளார்கள்.

1967, ஏப்ரல் 07 அன்று சிக்கந்தர் ராவுத்தர் மறைந்த ஏழாம் நாள் ஃபாத்திஹாவுக்கு 300 பேருக்கு உணவு சமைக்கப்பட்டிருந்தது. ஆனால் 600 பேருக்கு மேல் வந்திருந்தார்கள். உணவு போதாதென்ற உண்மை தெரியவும், உணவு பற்றாமல் போனால் ரொம்ப அவமானமாகிவிடும் என்பதால் கலீஃபா திண்டுக்கல் அப்துல் கரீம் அவர்கள் யாஸீன் நாயகத்திடம் மானசீகமாக வேண்டிக்கொண்டார். உணவில் பெருக்கம் ஏற்பட்டு 600 பேரும் சாப்பிட்டு இன்னும் சிலரும் சாப்பிடும் அளவுக்கு உணவு மீதமிருந்தது.

உடல் உபாதை நீங்கியது

1968-ம் ஆண்டின் மத்தியில் ஒருநாள் திண்டுக்கல் கலீஃபா அப்துல் கரீம் அவர்களுக்கு உடல்நலக்குறைவு ஏற்பட்டது. கடுமையான ஜலதோஷம், காய்ச்சல், தலைவலி, உடல்வலி, கை, கால் உளைச்சல் என எல்லாம் சேர்ந்துகொண்டது. கொஞ்ச நேரம் தூங்கினாலாவது தற்காலிக விடுதலை கிடைக்குமே என்று அவர் நினைத்தார். அந்த நேரம் மூச்சு சரியாக விடமுடியாமல் மூச்சடைப்பும் ஏற்பட்டது. இந்தக் காலமாக இருந்திருந்தால் அவருக்குக் கொரோனா வந்துவிட்டதாக சொல்லப் பட்டிருக்கும்.

என்னென்னவோ மருந்துகள் உட்கொண்டும் ஒரு நிவாரணமும் கிடைக்கவில்லை. தூக்கமும் வராமல் பெரிய அவதியாகி விட்டது அவருக்கு. இப்படியும் அப்படியுமாக திரும்பித் திரும்பிப் படுத்து அதிகாலைவரை ஓட்டிவிட்டார். அதிகாலை ஃபஜ்ரு தொழுகைக்கான நேரத்துக்கு சற்று முன்பாக, யாஸீன்

நாயகத்தின் மகனார் வாப்பா நாயகம் அவர்கள் கனவில் தோன்றி, 'ரொம்ப கஷ்டமாக உள்ளதா? உடனே சரிசெய்ய வேண்டுமா அல்லது சின்ன தங்கச்சியின் திருமணத்துக்குப் பிறகு செய்யலாமா?' என்று கேட்டார்கள். திருமுல்லைவாசலில் இருந்த அவர்களது சிறிய தங்கைக்கு அப்போது திருமணம் நிச்சயமாகியிருந்தது.

இந்த கேள்விக்கு என்ன பதில் சொல்வதென்று அப்துல் கரீம் யோசிப்பதற்குள் யாஸீன் நாயகம் அங்கே சட்டென்று தோன்றி, 'ஒருவர் கஷ்டப்பட்டுக்கொண்டிருக்கையில் இப்படியெல்லாம் கேட்கவேண்டுமா?' என்று சொல்லிவிட்டு, ஓதி ஊதினார்கள். அவ்வளவுதான். அடைபட்ட மூக்கு திறந்துகொண்டது. அத்துடன் கனவு கலைந்தது. காய்ச்சல், தலைவலி போன்ற எல்லா தங்கடங்களும் மறைந்துவிட்டிருந்தன.

நாகூர் நாயகத்தின் அடக்கஸ்தலத்தில் நடந்தது என்ன

அப்துல் ரஸ்ஸாக் மரைக்காயர் என்பவர் திருமுல்லைவாசலைச் சேர்ந்தவர். அவருக்கு உடல்நலம் சரியில்லாமல் இருந்தது. நாகூர் தர்காவில் நாற்பத்தோரு நாட்கள் தங்குவதாக அவர் நேர்ச்சை செய்திருந்தார். அந்த நேர்ச்சையின்படி அவர் நாகூர் தர்காவுக்குச் சென்று தங்கியிருந்தார். இப்படிச் செய்தால் குணம் ஏற்படும் என்பது பலரது அனுபவம். ஆனால் நாற்பத்தோரு நாட்களாகியும் அவர் குணமடையவும் இல்லை, நாகூராரிடமிருந்து அவருக்கு எந்த செய்தியும் கிடைக்கவில்லை.

மனம் சஞ்சலப்பட்டவராக இருந்த அவருக்கு அடுத்தடுத்த நாட்களில் ஒரு கனவு வந்தது. அதில் நாகூர் நாயகம் அவர்களின் அடக்கஸ்தலத்தின் கதவு திறக்கப்படுகிறது. அதிலிருந்து வெளியே வந்த யாஸீன் நாயகம் அந்த நபரின் அருகே வந்து, 'உங்கள் இடறுகள் நீங்கிவிட்டன, குழப்பமின்றிச் சென்று வாருங்கள்' என்று கூறினார்கள். அதன் பிறகு அவரது உடல் பிரச்சனைகளையும் மனப்பிரச்சனைகளும் நீங்கின.

கடிதமும் பதிலும்

ஒருமுறை கயத்தாறு அல்லா பிச்சை என்பவர் யாஸீன் நாயகத்திடம், 'நாயகமே, நான் நாகூர் ஷரீஃப் செல்ல இருக்கிறேன்' என்று கூறினார். அவரை ஏறிட்டுப் பார்த்துப்

புன்னகைத்த யாஸீன் நாயகம் அவரிடம் ஒரு கடிதத்தைக் கொடுத்து, 'நாகூர் தர்காவில், இன்ன இடத்தில் ஒருவர் அமர்ந்திருப்பார். அவரிடம் இக்கடிதத்தைக் கொடுத்து விடுங்கள்' என்று கூறி ஒரு கடிதத்தைக் கொடுத்தார்கள். அக்கடிதம் அரபியில் எழுதப்பட்டிருந்தது.

அல்லா பிச்சை நாகூர் தர்காவுக்குச் சென்றார். அங்கே தர்காவில் யாஸீன் நாயகம் குறிப்பிட்ட இடத்தில் ஒரு பெரியவர் அமர்ந்துகொண்டிருந்தார். அவருக்கு ஸலாம் சொல்லிவிட்டு யாஸீன் நாயகம் கொடுத்த கடிதத்தை அல்லது தாளைக் கொடுத்தார். அப்பெரியவரும் புன்னகையுடன் அந்தத் தாளை வாங்கிப் படித்துப் பார்த்துவிட்டு இன்னொரு தாளில் பதில் ஏதோ எழுதி அவரிடம் கொடுத்து, அதை யாஸீன் நாயகத்திடம் கொடுத்துவிடும்படிச் சொன்னார்கள்.

ஊர் திரும்பியதும் முதல் வேலையாக அந்தத் தாளை யாஸீன் நாயகத்திடம் கொண்டுபோய்க் கொடுத்தார் அல்லா பிச்சை. அதைப்படித்துப் பார்த்துப் புன்னகை பூத்தவர்களாக யாஸீன் நாயகம் அதை சட்டைப்பைக்குள் வைத்துக்கொண்டார்கள்.

இவர்கள் என்ன எழுதிக்கொடுத்தார்கள், நாகூரில் பார்த்த அவர் யார், அவர் என்ன பதில் எழுதினார் என்றெல்லாம் தெரிந்து கொள்ள அல்லா பிச்சைக்கு ஆர்வமிருக்கத்தான் செய்தது. எனவே தயங்கியபடியே மெல்ல யாஸீன் நாயகத்திடம் அவர் கேட்டேவிட்டார்.

'நாம் தபால் எழுதி அனுப்பியது சங்கைக்குரிய எங்கள் பாட்டனார் நாகூர் பாதுஷா நாயகம் அவர்களுக்குத்தான்' என்று யாஸீன் நாயகம் பதில் சொன்னார்கள். வியர்த்துவிட்டது அல்லா பிச்சைக்கு. அப்போதுதான் அவருக்கு ஒரு விஷயம் விளங்கியது. நாகூர் தர்காவில் தான் கடிதம் கொண்டுபோய்க் கொடுத்தது வேறு யாரிடமும் அல்ல, நாகூர் ஆண்டகையிடம் தான்! என்னே ஒரு பாக்கியம்... அவருக்குப் புல்லரித்தது!

ஆர்வத்தை அடக்க முடியாமல் அவர், 'அப்படி என்ன எழுதினீர்கள், பெரிய எஜமான் பாதுஷா நாயகம் அவர்கள் என்ன பதில் எழுதினார்கள்' என்று பணிவுடன் கேட்டேவிட்டார்!

'நாகூர் கந்தூரி விஷாக்காலங்களில் ஷரியத்துக்கு முரணான சில விஷயங்கள் நடக்கின்றன. அவை எனக்கு வருத்தமளிக்கின்றன'

என்று அதில் எழுதியிருந்தேன். அதற்கு, 'நல்லதை ஏவி, தீயதைத் தடுக்கும் வேலை இப்போது உங்களுடையதே' என்று பாதுஷா நாயகம் பதில் எழுதியிருந்தார்கள்' என்று யாஸீன் நாயகம் பதில் சொன்னார்கள்!

நபிகள் நாயகத்தின் இரண்டு திருப்பேரர்களும் பரிமாறிக் கொண்ட பட்டோலைகளின் வரலாறு இது!

விமானம் ரத்தானது

யாஸீன் நாயகத்தின் சீடர்களில் ஒருவரான பரங்கிப் பேட்டையைச் சேர்ந்த சுல்தான் மரைக்காயர் என்பவர் அடிக்கடி அப்பாவிடம் வந்து மார்க்க விஷயங்களைக் கேட்டறிந்து செல்வார். அப்படி ஒருமுறை அவர் வந்தபோது, 'வரும் ஜூலை 13ம் தேதி என் மகளுக்குத் திருமணம் வைத்துள்ளேன். நீங்களும் கலந்துகொள்ளுங்கள்' என்று கூறினார்கள்.

அதற்கவர், 'வரும் 13ம் தேதி உலகம் அழிந்துவிடும் என்று 13 விஞ்ஞானிகள் ஆராய்ந்து சொல்லியிருக்கின்றார்களாமே, அன்றா திருமணம் வைத்துள்ளீர்கள்?' என்று கேட்டுள்ளார்!

அதற்கு யாஸீன் நாயகம் புன்னகைத்துக்கொண்டே, 'அன்றுதான் புதிய உலகம் உதயமாகப்போகிறது. கலந்துகொள்வீர்கள் தானே?' என்று கேட்டுள்ளார்கள்.

அதற்கவர், 'இல்லை வாப்பா, அன்றுதான் நான் சிங்கப்பூர் செல்ல டிக்கட் போட்டுள்ளேன். மக்கள் அனைவரும் உலகம் அழிந்துவிடும் என்று பேசிக்கொள்கிறார்கள். அந்த சந்தேகத்துக்கு உங்களிடம் விடையும் விளக்கமும் கிடைத்ததால் அன்றே சிங்கப்பூர் செல்லலாமென்று நினைக்கிறேன்' என்று சொல்லி விட்டு ஊர் சென்றார்.

திட்டமிட்டபடி பயணத்தேதிக்கு ஒருநாள் முன்பே சென்னை சென்றவருக்கு ஏழு நாட்கள் விமானிகள் பயண நிறுத்தம் செய்திருப்பதாகவும், புதிய பயண தேதி பின்னர் அறிவிக்கப் படும் என்றும் ஏர்லைன்ஸ் நிறுவனம் மூலம் தெரிவிக்கப் பட்டது! சட்டென்று யாஸீன் நாயகத்தின் மகளாரின் திருமணத்தேதி நினைவுக்கு வர உடனே அவர் கிளம்பிவிட்டார். அவரைப்பார்த்த யாஸீன் நாயகம், 'நீங்கள் சிங்கப்பூர் போகவில்லையா?' என்று சிரித்துக்கொண்டே கேட்டார்கள்.

'இல்லை வாப்பா, இப்போதுதான் உங்கள் கராமாத்தை (அற்புத சக்தியை) முழுமையாக உணர்ந்துகொண்டேன்' என்று பதில் சொன்னார் அவர்!

வழக்கும் வெற்றியும்

இலங்கையில் கண்டி என்ற ஊரில் ஒரு ஹோட்டல் உரிமையாளார் யாஸீன் நாயகம்மீது அன்புகொண்டவர்களில் ஒருவர். யாஸீன் நாயகம் கண்டிக்குச் சென்றால் அவர்களுக்கு உரிய மரியாதைகள் செய்து ஆர்வம்கொண்ட மற்ற சகோதரர்களையும் அழைத்து மரியாதை செய்வார். அப்படி ஒருமுறை யாஸீன் நாயகம் அங்கே சென்றபோது தனக்கிருந்த ஒரு பிரச்சனையை அவர்களிடம் சொன்னார்.

'வாப்பா, நாளை இந்த ஹோட்டல் வருமானவரி தொடர்பான வழக்கு இறுதிக்கட்டத்துக்கு வருகிறது. எங்களுக்கு வெற்றி கிடைக்க துஆ செய்யவேண்டும்' என்று கேட்டுக்கொண்டார்.

'உங்களுக்கு வெற்றி கிடைக்கும். அல்லாஹ் போதுமானவன்' என்று யாஸீன் நாயகம் கூறினார்கள். ஆனால் மறுநாள் வழக்கின் தீர்ப்பு அவருக்குப் பாதகமாக வந்தது. உரிமையாளருக்குக் குழப்பமாகிவிட்டது. ஆனால் செய்தியை மீண்டும் யாஸீன் நாயகத்திடம் அவர் சொன்னார். அதற்கு அப்பா, 'இல்லையே, எனது பிரார்த்தனையை இறைவன் ஏற்றுக்கொண்டானே. இதில் ஏதோ தவறு நடந்துள்ளது. வேறு ஒரு வக்கீலை வைத்துப் பாருங்கள்' என்று கூறினார்கள்.

வேறு ஒரு வக்கீலை வைத்து மீண்டும் 'அப்பீல்' செய்யப் பட்டது. முந்தைய வழக்கில் சில முக்கியமான தகவல்கள் சொல்லப்படாமல் விடுபட்டுப்போயிருந்ததை புதிய வக்கீல் கண்டு பிடித்து, அவற்றை விளக்கிச் சொல்லி வழக்கில் வெற்று பெற்றுக்கொடுத்தார். தீர்ப்பு ஹோட்டல் முதலாளிக்குச் சாதகமாக வந்தது!

ஏவுகிறவர் மேலே இருப்பார்

ஒருமுறை புகழ்பெற்ற பேச்சாளரான சொல்லின் செல்வர் என்ற பட்டம் பெற்ற ரவண சமுத்திரம் பீர்முஹம்மது அவர்கள் யாஸீன் நாயகத்தைப் பார்க்க திருமுல்லைவாசலுக்கு வந்தார். அங்கே

ஒரு கூட்டத்திலும் அவர் பேசவேண்டியிருந்தது. அதுவரை யாஸீன் நாயகத்தை அவர் பார்த்ததில்லை. பல மார்க்க அறிஞர்கள் கீழே அமர்ந்திருக்க, யாஸீன் நாயகம் மட்டும் ஒரு நாற்காலியில் உட்கார்ந்திருந்தார்கள். பெருமையை விரும்புபவராக இருப்பாரோ என்று மனதுக்குள் ஒரு கணம் பீர் முஹம்மது எண்ணினார். உடனே அவரைப்பார்த்த யாஸீன் நாயகம், 'உங்களுக்கு வேண்டுமானால் ஒரு நாற்காலி போடச் சொல்லவா?' என்று கேட்டிருக்கிறார்கள். அசந்து போனார் அவர். இறைநேசர்களுக்கு ரகசியம் என்று ஒன்று இருக்க முடியாது, அவர்கள் அகப்பார்வை கொண்டவர்கள் என்பதை அவர் விளங்கிக்கொண்டார்.

பின்னர் யாஸீன் நாயகம் அவரைப்பார்த்து, 'ஏவுகிறவர் மேலே இருப்பார். செயல்படுகிறவர்கள் கீழே இருப்பார்கள்' என்று கூறியுள்ளார்கள். சட்டென்று பீர்முஹம்மது அவர்களுக்கு விஷயம் புரிய ஆரம்பித்தது. மூளை மேலேதான் இருக்கும். மற்ற உறுப்புகளெல்லாம் கீழேதான் இருக்கும். ஆசிரியர் மேலேதான் இருப்பார். மாணவர்களெல்லாம் கீழேதான் இருப்பார்கள்!

வயிற்றுவலி மறைந்தது

திண்டுக்கல்லுக்கு யாஸீன் நாயகம் அடிக்கடி போவார்கள். அங்கே சீடர்கள் இருந்தார்கள். யாஸீன் நாயகமவர்களின் ஆன்மிகப்பாதையில் இருந்த காஜா நஜ்முத்தீன் என்பவர் 11-ம் வகுப்பு படித்துக்கொண்டிருந்த மாணவராக இருந்தபோது அடிக்கடி அவருக்கு கடுமையான வயிற்றுவலி வந்து வேதனை கொடுத்துக்கொண்டிருந்தது. நஜ்முத்தீனின் தாயார் தன் மகனிடம் ஒரு தம்ளரில் தண்ணீரைக்கொடுத்து, அதை யாஸீன் நாயகத்திடம் காட்டி ஓதி வாங்கிக்கொண்டு வரும்படி மகனை அனுப்பினார். அவர் சொல்படி ஓதி வாங்கிவந்த தண்ணீரை நஜ்முத்தீன் குடித்து வந்தார். அவரது வயிற்றுவலியும் மாயமாக மறைந்தது.

திருடனைப் பிடித்தது

1988-ல், யாஸீன் நாயகம் மறைந்து 22 ஆண்டுகள் கழித்து நடந்த நிகழ்ச்சி இது. திண்டுக்கல்லில் ஷர்ஃபுத்தீன் என்பவரது வீட்டில் ஒரு திருடன் அதிகாலை நேரம் நுழைந்து பீரோவில் இருந்த நகைகளையும் கீழக்கரை இறைநேசர் மகானந்த பாபா

அவர்களுக்காக காணிக்கையாக வைக்கப்பட்டிருந்த பணத்தையும் திருடிக்கொண்டு போய்விட்டான். காவல் நிலையத்தில் புகார் கொடுக்கப்பட்டது. திருடனைத் தேடும் முயற்சியும் நடந்துகொண்டிருந்தது.

திருமுல்லைவாசல் யாஸீன் நாயகத்தின் கந்தூரிக்கான அழைப்பிதழ் திருட்டுக்கொடுத்த ஷர்ஃபுத்தீன் என்பவருக்குக் கொடுக்கப்பட்டது. திருட்டுப்போன பொருளைப்பற்றிக் கவலை வேண்டாம். யாஸீன் நாயகத்திடம் கோரிக்கை மட்டும் வைத்துவிடுங்கள் என்று அவரிடம் சொல்லப்பட்டது. அவரும் அப்படியே ஒரு கோரிக்கையை வைத்தார்.

பின்னர் பதினைந்து நாட்கள் கழித்து திருடன் பிடிபட்டான். அது பற்றிய விபரத்தை ஷர்ஃபுத்தீன் வீட்டுக்கு வந்து சொல்லிச் சென்ற தலைமைக்காவலர் கூடுதலாக ஒரு தகவலைச் சொன்னார். ஷர்ஃபுத்தீனின் உறவினர் வீட்டுக்கும் சென்ற அந்தக்காவலர் அங்கிருந்த ஃபோட்டோக்களையெல்லாம் பார்த்துவிட்டு, யாஸீன் நாயகத்தின் ஃபோட்டோ அங்கிருந்ததைக் கண்டு, இது யார் என்று கேட்டிருக்கிறார். அவருக்கு பதில் சொல்லப்பட்டது. ‘இந்தத் திருடனை எங்களுக்குக் காட்டித்தந்ததும், பிடித்துக்கொடுத்ததும் இந்த அத்தாதான்’ என்று அவர் சொன்னார்!

பின்னர் திருடனிடம் விசாரித்தபோது, ‘ஷர்ஃபுதீன் வீட்டில் திருடிவிட்டு காம்பவுண்டு சுவர் ஏறிக்குதிக்க முயன்றபோது ஒருவர் என் காலைப்பிடித்து இழுத்ததை உணர்ந்தேன். பின் நான் பிடிபடும் வரையில் என்னால் எந்தத் தொழிலும் செய்ய முடியவில்லை. முடமாகிப்போனதைப்போல உணர்ந்தேன். உங்கள் வீட்டுப் ஃபோட்டோவில் இருப்பவர்தான் (யாஸீன் நாயகம்தான்) அதற்குக் காரணம்’ என்று திருடனும் கூறினான்!

வாழ்வளித்த வஸீலத்துல் குப்ரா

‘வஸீலத்துல் குப்ரா’ என்பது யாஸீன் நாயகத்தால் அரபியில் எழுதப்பட்ட ஒரு அழகிய பிரார்த்தனையாகும். அதை ஓதி வருபவர்களுக்கு பாதுகாப்பு ஏற்படும். நோய் அகலும். இஸ்லாமிய ஆன்மிகப்பாதையில் ஒரு குருவானவர் தனக்குப்பின் தலைமை ஏற்று நடத்தத் தகுதி உள்ளவர் அல்லது உள்ளவர்கள் என்று சிலரை தன் பிரதிநிதியாக நியமிப்பார்.

அவருக்கு கலீஃபா என்று பெயர். அப்படிப்பட்ட கலீஃபாவாக இருந்தவர்களில் ஒருவர் நாகூரைச் சேர்ந்த யாஸீன் ஆலிம் அவர்கள். இவர்களைப் பற்றி ஏற்கனவே குறிப்பிட்டுள்ளேன்.

அவரது மனைவிக்கு ஒருமுறை உடல்நிலை மிகவும் மோசமானது. தஞ்சாவூர் மருத்துவமனையில் அனுமதிக்கப் பட்டிருந்தார். திடீரென்று ஏற்பட்ட ஒரு உந்துதலில் தன் மனைவியின் முதுகுப்பக்கமாக அமர்ந்து அந்த அழகிய 'வஸீலத்துல் குப்ரா' பிரார்த்தனையை கலீஃபா யாஸீன் ஆலிம் ஓதிமுடித்தார். அதன்பின்னர் மனைவியை வந்து பார்த்த டாக்டர், 'உங்கள் மனைவிக்குக் குணமாகிவிட்டது. நீங்கள் ஊருக்குச் செல்லலாம். ஆபரேஷன் தேவையில்லை' என்று கூறினார். அதன் பின்னர் யாஸீன் நாயகத்திடமிருந்து கலீஃபா யாஸீன் ஆலிம் அவர்களுக்கு ஒரு கடிதம் வந்தது. அதில், 'உங்கள் மனைவியின் உயிரை எடுக்க வந்த வானவரிடமிருந்து உங்கள் மனைவியைக் காப்பாற்றினோம்' என்று எழுதியிருந்தது!

கனவில் காட்டியது

கலீஃபா ஹுசைன் முஹம்மது ஆலிம் பாகவி அவர்கள் யாஸீன் நாயகத்தின் மீது மிகுந்த பக்தியும் மரியாதையும் கொண்ட சீடர்களில் ஒருவர். யாஸீன் நாயகம் மறைந்த பிறகு தனக்கு ஆன்மிக வழிகாட்ட இனி யாரும் இல்லையே என மிகுந்த வருத்தமடைந்திருந்தார். ஒருநாள் யாஸீன் நாயகம் அவருடைய கனவில் தோன்றி ஒரு இளம் வயதினரை சுட்டிக் காட்டினார்கள். இந்த கனவு வந்த இரண்டு நாட்களில் யாஸீன் நாயகத்தின் மகனார் வாப்பா நாயகம் அவர்கள் திருச்சிக்கு வருவதாகவும் அவசியம் அவர்களை நீங்கள் பார்க்கவேண்டுமென்றும் அவர்களின் கலீஃபா கேட்டுக்கொண்டார். மரியாதை நிமித்தம் ஹுசைன் முஹம்மது பாகவி சந்திக்கச்சென்றார். வாப்பா நாயகத்தைப் பார்த்தவுடன் ஆனந்த அதிர்ச்சியில் உறைந்து போனார். ஏனெனில் யாஸீன் நாயகம் கனவில் வந்து அடையாளம் காட்டிய இளைய வழிகாட்டி வாப்பா நாயகம்தான்!

அற்புதங்கள் இன்றுவரை தொடர்ந்துகொண்டுள்ளன. உலக முடிவுநாள் வரை இப்படித்தான் இருக்கும். யாஸீன் நாயகத்துக்கு மட்டுமல்ல, எல்லா இறைநேசர்களுக்கும் இது பொருந்தும்.

8

மறைவு

ஒவ்வொரு ஆண்டும் இந்தியாவுக்கு வந்து தன் சீடர்களைச் சந்தித்து அவர்களுக்கு வேண்டிய உபதேசங்களைச் செய்து விட்டு வருவது யாஸீன் நாயகத்தின் வழக்கமாக இருந்தது. அந்த வழக்கப்படி அவர்கள் 1966-ம் ஆண்டு திருமுல்லைவாசலுக்கு வந்தார்கள். அப்போது அவர்கள் உடல் மிகவும் சோர்வடைந் திருந்தது. 1963-ம் ஆண்டிலிருந்தே தன் மறைவு பற்றிய கருத்துக்களை நெருங்கிய சீடர்களிடம் சூசகமாகச் சொல்லித்தான் வந்தார்கள்.

1966-ல் தமிழ்நாட்டுக்கு வந்தபோது கீழக்கரையைச் சேர்ந்த மகான் மகானந்த பாபா அவர்கள் பிரசன்னமாகி 'யா காதிர்' என்று யாஸீன் நாயகத்தை அழைத்ததாகச் சொன்னார்கள். அதற்கு என்ன அர்த்தம் என்று கேட்டபோது, அது 'இஸ்திக்பால்' என்று கூறினார்கள். 'இஸ்திக்பால்' என்றால் 'வரவேற்பு' என்று பொருள். இந்த உலகத்திலிருந்து அந்த உலகத்துக்கு வருபவரை வரவேற்கிறோம் என்று பொருள். நான் இந்த உடலைவிட்டுப் பிரியப்போகிறேன் என்று சொல்லாமல் சொல்லி இருக்கிறார்கள்.

இறப்பதற்குக் கொஞ்ச காலத்துக்கு முன்பு, தனது ஆன்மிகப் பாதையின் தலைவராக நியமிக்கப்பட்டிருந்த கலீஃபா

எஸ்.அப்துல் கரீம் ஜமாலியை அழைத்த யாஸீன் நாயகம் அவரிடத்தில், 'ஒரு வானவர் வந்து நம்மிடத்தில் திருமுல்லை வாசலிலா, தோட்டத்திலா, வெலிகாமத்திலா, வெலிப்பிட்டியிலா என நான்கு இடங்களைக் குறித்துக் கேட்டார்' என்று, தான் இறக்கப்போவதை சூசகமாக அறிவித்தார்கள்.

அதாவது திருமணம் செய்த திருமுல்லைவாசல், தோட்டம் என்று அறியப்படும் ஜமாலிய்யா மௌலானா அவர்கள் வாழ்ந்த இடம், யாஸீன் நாயகம் இறுதியாக வாழ்ந்த ஊரான இலங்கையில் உள்ள வெலிகாமம் மற்றும் யாஸீன் நாயகத்தின் சந்ததியினர் வாழ்ந்த இலங்கையில் உள்ள வெலிப்பிட்டி என்ற ஊர். இந்த நான்கு இடங்களில் எங்கே அடக்கம் செய்யப்பட வேண்டும் என்று கேட்கப்பட்டதாக யாஸீன் நாயகம் கூறியிருக்கிறார்கள். இது சூசகம்கூட இல்லை. விஷயம் விளங்கியவர்களுக்கு வெளிப்படையான குறிப்பு என்றே சொல்லலாம்.

மறைமுகமாக முன்னறிவித்தது போலவே 1966-ம் ஆண்டு மார்ச் 10ம் தேதி / துல்காயிதா பிறை 17 / வியாழன் மாலை 5.30 மணிக்கு திருமுல்லைவாசலில் இந்த உலகை நீத்தார்கள். அவர்கள் மறைந்த நேரம் மிகச்சரியாக என்னவென்று யாருக்கும் தெரியவில்லை. எனினும் அவர்களின் மறைவை சீடர்களுக்கும் உறவினர்களுக்கும் அறிவிப்பதற்காக அவர்களிடமிருந்த கோப்பிலுள்ள முகவரிகளை எடுப்பதற்காக அதனைத் திறந்தபோது அதில்

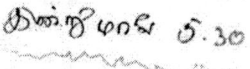

(இன்று மாலை 5.30) என்று மட்டும் யாஸீன் நாயகம் தன் கைப்பட எழுதியிருந்தார்கள். அதைக்கொண்டு அவர்கள் மறைந்த நேரம் மிகச்சரியாக அறிந்துகொள்ளப்பட்டது.

இது ஞானிகளிடம் உள்ள ஒரு பொதுவான குணமாகும். தான் இந்த உலகை விட்டுப் பிரியப்போவது எப்போது, எந்த இடத்தில் என்றெல்லாம் அவர்களுக்கு மிகச் சரியாகத் தெரிந்திருக்கும். அவ்லியா எனப்படும் ஞானிகளின் வரலாற்றைப் படித்துப் பார்ப்பவர்களுக்கு இது நிச்சயம் புரியும்.

கீழக்கரை ஞானி பல்லாக்கு வலியுல்லாஹ் இறந்துபோவதற்கு நான்கு நாட்களுக்கு முன்பே, 'யா அல்லாஹ், பல்லாக்கு வலி மறையவல்லவா போகிறார். இன்னாலில்லாஹி' என்று தனக்குத்தானே சொல்லிக்கொண்டார்கள். ஒரு முஸ்லிம் இறந்துபோனால் 'இன்னாலில்லாஹி வ இன்னா இலைஹி ராஜி'ஊன்' என்று சொல்வது வழக்கம். 'நிச்சயமாக நாம் இறைவனிடமிருந்து வந்தோம். அவனிடமே மீள்பவர்களாக உள்ளோம்' என்பது அதன் பொருள்.

ஆனால் இதைத் தவறாகப் புரிந்துகொண்டுவிடக்கூடாது. துப்பாக்கியை உங்கள் நெற்றிப்பொட்டில் வைத்து ஒருவன் அழுத்தினால் அடுத்த கணமே இறக்கப்போகிறோம் என்று உங்களுக்கும் தெரிந்துவிடும். அதற்காக உங்களை ஞானி என்று சொல்லிவிட முடியாது. எந்த அபாயங்களும் அற்ற தருணத்தில் உங்களால் உங்கள் இறப்பை மிகத்துல்லியமாக முன்னறிவிப்பு செய்ய முடியுமானால் ஒன்று நீங்கள் ஏற்கனவே ஞானியாக இருக்கவேண்டும். அல்லது ஆன்மிகப்பாதையில் ஆழமாக இருந்திருக்கவேண்டும்.

யாஸீன் நாயகத்தின் மஸார் எனப்படும் கல்லறை

தான் இறக்கப்போகும் நேரத்தை எழுதிவைத்துவிட்டு மறைந்த ஞானி யாஸீன் நாயகம் ஒருவராகத்தான் இருக்க முடியும். அதுவும் சூசகமாக. அதோடு, எங்கே அடக்கம் செய்யப்பட வேண்டும் என்று கேட்கப்பட்ட உயர்ந்த அந்தஸ்து கொடுக்கப் பட்ட ஞானியாகவும் யாஸீன் நாயகம் இருந்துள்ளார்கள் என்பது குறிப்பிடத்தக்கது.

தான் மறையப்போவதை நன்கு அறிந்தவர்களாகவே அவர்கள் இருந்தார்கள். தன் பேச்சு மூலமும் செயல்கள் மூலமும் அதை உணர்த்திக்கொண்டேதான் இருந்துள்ளார்கள். இலங்கையில் இருந்து இறுதியாக இந்தியாவுக்குக் கிளம்பி காரில் ஏறி அமர்ந்தபோது, தன் மகனார் வாப்பா நாயகத்திடம், 'மகன், உம்மாவை நன்கு கவனித்துக்கொள்ளுங்கள்' என்று கூறியதிலும் அந்தக் குறிப்பு இருந்தது.

அவர்களது பேத்தி, வாப்பா நாயகத்தின் மகள், சிறு குழந்தையாக இருந்தபோது சாப்பிடும்போது, 'அப்பா மீன்' என்று வந்து கேட்கும். ஒரு சிறு மீன் துண்டை எடுத்துக் கொடுப்பார்கள். இது அடிக்கடி நடக்கும் செயலாகும். ஒருமுறை முஸ்லிம் ஹோட்டல் என்ற ஒரு ஹோட்டலில் யாஸீன் நாயகம் சாப்பிட்டுக்கொண்டிருந்தபோது, 'அந்தப் பிஞ்சுக்கைகளை மீண்டும் எப்போது பார்ப்பேனோ' என்று கூறினார்கள்.

ஒருமுறை யாஸீன் நாயகத்தின் சீடராக இருந்த தாவூத் பாகவி அவர்கள் யாஸீன் நாயகத்திடம், 'நான் ஹஜ்ஜுக்குச் சென்று அந்தப் புனித பூமியிலேயே இறந்துபோக ஆசைப்படுகிறேன் என்று சொன்னார். அதற்கு யாஸீன் நாயகம், 'ஹஜ்ஜுக்குச் சென்ற நேரத்தில் இறந்துபோனால் யார், எவர் என்ற அடையாளமே இல்லாமல், நூறு பேரோடு உம்மையும் ஒருவராக வைத்து, (இறந்த உடல்களுக்கான இறுதித் தொழுகையான) ஜனாஸா தொழுகை நடத்தி, எல்லா ஜனாஸாக்களையும் (இறந்த உடல்கள்) ஒரே குழியில் போட்டு மூடிவிடுவார்கள். அதில் என்ன லாபமுள்ளது?

'உம் பெற்றோர் வாழ்ந்த பூமி, நீர் பிறந்து வளர்ந்து, வாழ்ந்து வலம் வந்த பூமி, உமக்குத் தேவையான காற்று, நீர், நிலம், கனி, உணவு, மூச்சு அனைத்தையும் அள்ளி வழங்கியது இந்தப்பூமி. உமது உற்றார் உறவினர் வாழ்ந்து வருவது இந்தப்பூமி. இந்த

மண்ணில் நீர் மறைந்தால், உமது உற்றார் உறவினர் ஒன்றுகூடி, முறையோடு உம்மை இந்த மண்ணில் அடக்கம் செய்வார்கள். உம்மை வாழவைத்த பூமியிலேயே மறைவதுதான் உமக்குப் பெருமை. அம்மண்ணிற்கும் பெருமை' என்று யாஸீன் நாயகம் பதில் சொன்னார்கள்.

மக்காவும் மதினாவும் புனித பூமிதான். அதை எந்த முஸ்லிமும் மறுக்கமாட்டார். யாஸீன் நாயகமும் அதை மறுக்கும் விதமாகக் கருத்து எதையும் சொல்லவில்லை. ஆனால் தான் வாழ்ந்த மண்ணை ஒரு மனிதன் நேசிக்க வேண்டும் என்பதை அவருக்குத் தன் அறிவுரை மூலம் உணர்த்தியிருக்கிறார்கள். இந்தக் கருத்துதான் எவ்வளவு முக்கியமானது!

எங்கள் ஊரில் இறந்துபோகும் முஸ்லிம்களைப் பெரும்பாலும் நாகூர் தர்காவில் உள்ள, 'மய்யத்தாங்கொல்லை' என்று சொல்லப்படும் அடக்கஸ்தலத்தில்தான் அடக்கம் செய்வார்கள். எங்கள் குடும்பத்தில் இறந்துபோன அனைவருமே அங்கேதான் அடக்கம் செய்யப்பட்டுள்ளார்கள். அவர்களை அடக்கிவிட்டு வரும்போது ஒரு நிம்மதி இருக்கும். பெரிய எஜமான் நாகூர் நாயகம் மறைந்து வாழ்ந்துகொண்டிருக்கும் எல்லையில் அவர்கள் அடக்கப்பட்டுள்ளார்கள். அந்த இறைநேசரின் பொருட்டு அவர்களது மண்ணறை வாழ்க்கை பிரச்சனைகள் அற்றதாக இருக்கும் என்று நாங்கள் நம்புகிறோம். ஒரு நாள் நான் இறந்துபோன பிறகு நாகூர் தர்காவில் உள்ள மய்யத்தாங்கொல்லையில்தான் அடக்கம் செய்யவேண்டும் என்றும் என் குடும்பத்தாரிடம் கூறிவைத்துள்ளேன். எங்கே அடக்கம் செய்யப்படவேண்டும் என்ற விருப்பமானது வாழ்ந்த மண்ணை நேசிக்கும் விஷயம் சார்ந்தது. வாழ்ந்த மண்ணை நேசித்தவர்கள் அங்கேயே அடக்கம் செய்யப்படத்தான் விரும்புவார்கள். மண்ணின் மாண்பை அறிந்த ஒரு மாபெரும் இறைநேசர் திருமுல்லைவாசலில் அடக்கமாகியிருப்பதுதானே பொருத்தமானது!

நான்கு இடங்கள் பற்றி அவர்களுக்கு குறிப்பு கொடுக்கப் பட்டாலும், தான் பிறந்து வளர்ந்த ஊரான இலங்கையில் உள்ள வெலிகாமம், வெலிப்பிட்டி ஆகியவற்றையும் அவர்கள் தேர்ந்தெடுக்கவில்லை. தன் தந்தையாரின் ஊரையும் தேர்ந்தெடுக்கவில்லை. ஆனால் தனக்கு ஆரம்பத்தில்

மார்க்கக்கல்வி கொடுத்து உருவாக்கிய தமிழ்நாட்டை, அதிலும் குறிப்பாக திருமுல்லைவாசலை அவர்கள் தேர்ந்தெடுத்துக் கொண்டது நமது பாக்கியமே. வெளிநாட்டிலோ அல்லது தமிழ்நாட்டைவிட்டு தூரமாகவோ உள்ள ஒரு ஊரை அவர்கள் தேர்ந்தெடுத்திருந்தால் அது அவர்கள் அடக்கஸ்தலத்தை 'ஜியாரத்' (விஜயம்) செய்ய விரும்புபவர்களுக்குக் கஷ்டமாகி விடுமல்லவா? அதனால்கூட அவர்கள் திருமுல்லைவாசலைத் தேர்ந்தெடுத்திருக்கலாம்.

குணங்குடி மஸ்தான் அவர்களோடே வாழ்ந்து அவர்களுக்குப் பக்கத்திலேயே அடக்கம் செய்யப்பட்ட ஆத்ம நண்பர் புலவர் நாயகம் அவர்களைப்போல, யாஸீன் நாயகத்துக்கும் ஒரு சீடர் இருந்தார். அவர் சீடர் மட்டுமல்ல, யாஸீன் நாயகத்தின் ஆன்மிகப்பாதையின் கலீஃபாவுமாவார். அவர் பெயர் ஏ.பி. ஷாஹுல் ஹமீத். சுருக்கமாக அவர் ஏ.பி.எஸ். என்று அழைக்கப்பட்டார். இன்று திருமுல்லைவாசலில் இருக்கும் தர்காவில் யாஸீன் நாயகத்தின் 'மஸார்' அல்லது 'மக்ஃபரா' என்று சொல்லப்படும் அடக்க இடத்தைக் கட்டிக்கொடுக்க மூலகாரணமாக இருந்தவர் அவர்தான். அவரது மகனார் டாக்டர் எஸ். பத்ருத்தீன் கொடுத்த பணத்தில்தான் அவ்விடங்கள் கட்டப்பட்டன. பின்பு கொஞ்சம் கொஞ்சமாக ஹால் போன்றவை போடப்பட்டன.

இறந்தபிறகு யாஸீன் நாயகத்தின் தர்காவில் அவர்களுக்கு வலது பக்கத்திலேயே தான் அடக்கம் செய்யப்படவேண்டும் என்ற விருப்பத்தை அவர் ஏற்கனவே தெரிவித்திருந்தார். அவர் திண்டுக்கல்லில் மறைந்தபோது அவர் விருப்பப்படியே அவரது உடல் திருமுல்லைவாசல் கொண்டுவரப்பட்டு அங்கேயே யாஸீன் நாயகத்தின் வலப்புறமாக அடக்கம் செய்யப்பட்டது.

9

யாஸீன் மௌலானா நாயகத்தின் வாழ்க்கைக் குறிப்பு

முழுப்பெயர் – ஜமாலிய்யா அஸ்ஸய்யிது யாஸீன் மௌலானா அல் ஹாஷிமிய்

பிறந்த தேதி – 1899, டிசம்பர்29 / ஹிஜ்ரி 1317, ஷ'அபான் பிறை 17

தந்தையார் – ஜமாலிய்யா மௌலானா அல் ஹாஷிமிய்

தாயார் – அஸ்ஸய்யிதா உம்மு ஹபீபா கண்ணே

திருமுல்லை வாசலில் முதல் திருமணம் – 1921, டிசம்பர் 26 / ஹிஜ்ரி 1340, ரபிய்யுல் ஆஹிர் பிறை 25

மனைவி பெயர் – ஃபாத்திமா பீவி

இத்தம்பதியினருக்குப் பிறந்த குழந்தைகள் –

- *ஜமாலிய்யா அஸ்ஸய்யித் முஹம்மது மௌலானா அல் ஹாஷிமிய்*
- *ஜமாலிய்யா அஸ்ஸய்யித் ஹாமித் மௌலானா அல் ஹாஷிமிய்*

- ஜமாலிய்யா சையிதா ஸஹ்ரா குறைஷ் கண்ணே
- ஜமாலிய்யா அஸ்ஸய்யித் மூஸா ஜௌன் மௌலானா அல் ஹாஷிமிய்
- ஜமாலிய்யா சையிதா ஹஸ்னா குறைஷ் கண்ணே

இதில் முதல் மற்றும் நான்காவதாகப் பிறந்த ஆண் குழந்தைகள் இருவரும் சிறுபிராயத்திலேயே இறந்துவிட்டனர்.

இலங்கை வெலிப்பிட்டியில் நடந்த இரண்டாம் திருமணம்

தேதி – ஹிஜ்ரி 1342, ஜமாத்துல் ஆஹிர் பிறை 19 / 1923/24, ஜனவரி 25

மனைவி பெயர் – சையிதா சஹ்ருவான் கண்ணே

இத்தம்பதியினருக்குப் பிறந்த குழந்தைகள்

- ஜமாலிய்யா அஸ்ஸய்யித் அலீ ஜெய்னுல் ஆபிதீன் மௌலானா அல்ஹாஷிமிய்
- ஜமாலிய்யா அஸ்ஸய்யித் கலீல் அவ்ன் மௌலானா அல் ஹாஷிமிய் (இந்நூல் சமர்ப்பணம் செய்யப்பட்டவரும் யாஸீன் நாயகத்தின் ஆன்மிக வாரிசாகவும் உள்ள வாப்பா நாயகம் அவர்கள்)
- ஜமாலிய்யா சையிதா அதுஹரிய்யா குறைஷ் கண்ணே
- ஜமாலிய்யா அஸ்ஸய்யித் ஷாஜித் அலீ மௌலானா அல் ஹாஷிமிய்

மூன்றாவது நான்காவதாகப் பிறந்த இரு குழந்தைகளும் சிறுபிராயத்திலேயே இறந்துவிட்டனர்.

யாஸீன் நாயகத்தால் தொடங்கப்பட்ட ஆன்மிகப்பாதையின் பெயர் தரீக்கத்துல் ஹக்கியத்துல் காதிரிய்யா.

மறைவு – 1966, மார்ச் 10 மாலை மணி 5.30க்கு.

10

பொன்மொழிகளும் உபதேசங்களும்

- கல்விச்சாலைகளில் கற்றுக்கொள்ளப்படும் அறிவாகிறது மகான்களின் அறிவிலுள்ள ஒரு புள்ளிக்கும் நிகராகாது.

- அந்த இறைவனே எனது சத்தான ரூஹும் (உயிரும்), எனது உள்ளமும், எனது உடலுமாகும்.

- சில விஷயங்களை நான் பேசும்படி உத்தரவு கொடுக்கப்படுகிறேன். சில சமயங்களில் ஷரியத்தின் (இஸ்லாமிய சட்டதிட்டங்களின்) கடிவாளக்கயிறும் வெட்கமும் என்னை விலக்கும்.

- சில நேரங்களில் நான் பேசுவேன். ஆனால் அந்தப் பேச்சு என்னிலிருந்து வந்ததல்ல என்று உணருவேன். பேச்சு என்னிலிருந்து வெளிவரும், ஆனால் பேசுபவன் நானல்ல.

- சில சமயங்களில் என் பேச்சைக்கேட்டு நானே ஆச்சரியம் அடைந்துள்ளேன்.

- சில நேரங்களில் என் நாவின் வழியாக என் பாட்டனார் முஸ்தஃபா (நபிகள் நாயகம்) அவர்கள் பேசுவார்கள். இன்னும் சில சமயங்களில் என் மூலமாக என் பாட்டனாரும் குருபிரானுமாகிய மஹ்பூபு சுப்ஹானி (ஞானிகளின் தலைவர் கௌது நாயகம்) பேசுவார்கள். இன்னும் சில வேளைகளில்

மறைந்த உலகிலுள்ள குருமார்கள் பேசுவார்கள். இன்னும் சில சமயங்களில் நான் என் இறைவனோடு தனித்திருப்பேன்.

- ரஸூலுல்லாஹ் (ஸல்) அவர்களுடைய மடியிலும், முதுகிலும், அவர்களது நட்சத்திரத்தின் ஜோதியான முஹ்யித்தீன் (கௌது நாயகம்) அவர்களின் முதுகிலும் வளர்ந்தேன்.
- ஆகாயம், அதன் பட்சிகள், பூமியிலுள்ள பொருட்கள், மிருகங்கள் உனக்குக் கற்றுக்கொடுக்கவில்லையா?
- வானம், அதன் மேகம், மழை, இடி, ஆகாயத்தில் மின்னும் மின்னல், இவைகள் உனக்குக் கற்றுக்கொடுக்கவில்லையா?
- சூரியன், பிரகாசிக்கும் சந்திரன், அதன் நட்சத்திரம், வான நட்சத்திரக்கோளங்கள் உனக்குக் கற்றுக்கொடுக்க வில்லையா?
- பூங்காவனங்களும், அதை நனைக்கும் மழையும், அதனால் அதன் பயிர் பசுமையாகி அதன் கனிகள் கனிதலும் உனக்குக் கற்றுக்கொடுக்கவில்லையா?
- பூமியும், மரங்களும், அதன் அருவிகளும், குளிரும் தெளிவான பனிக்கட்டியும், அதன் மலைகளும் உனக்குக் கற்றுக் கொடுக்கவில்லையா?
- கடலும், ஆழிய மகா சமுத்திரமும், அதன் அலையும், மச்சமும், அதன் மத்தியிலுள்ள அழகிய முத்துக்களும் உனக்குக் கற்றுக்கொடுக்கவில்லையா?
- உயிரும் ஜீவிய உபகரணமும், அதன் அணுக்களும் உனக்குக் கற்றுக்கொடுக்கவில்லையா?
- மனிதனுக்கு இந்த அறிவுறுத்தல்களிலிருந்து கொஞ்சமாவது இருக்குமானால் அவன் ஒரு மெய்ஞான புருஷனாவான். ஒரு வலிய்யுமாவான் (ஞானியுமாவான்).
- எனது இச்சையுடன் நான் செய்த யுத்தத்தில் அல்லது எனது பாதுகாப்புப்போரில் எனது நல்லெண்ணம் ஈட்டியாகவும், எனது துணிவு வாளாகவும், எனது அனுபவம் பரிசாகவும், எனது ஆசை அம்பாகவும் இருந்தன.
- சீடனே, எனது கயிற்றைப் பற்று, சோபனம் பெறுவாய்.

- இன்ஸான் (மனிதன்) ஹக்கைத்தேடி (இறைவனைத்தேடி) காடு, வனம், வனாந்திரமெல்லாம் அலைகிறான். ஆனால் ஹக்கு (இறைவன்) இந்த இன்ஸானில் மறைந்துள்ளது.
- மனதில் ஏதாவது கெட்ட எண்ணங்கள் தோன்றினால், அதைப்பற்றி மேலும் சிந்திக்காமல், உடனடியாக அந்த எண்ணத்தை அழித்துவிடவேண்டும்.
- தேகத்தை சுகமாக இருக்குமாறு பார்த்துக்கொள்ளவேண்டும். அது நல்ல நிலமையில் இருந்தால்தான் அதிலுள்ள ஹக்கும் (இறைவனும்) நல்ல நிலையில் வெளிப்படுவான்.

11

நபிகள் நாயகம் அவர்களின் குடும்பக்கிளை வரிசை

1. முஹம்மது நபி ஸல்லல்லாஹு அலைஹிவஸல்லம்
2. அலீ ஃபாத்திமா (ரலி)
3. ஹஸன் (ரலி)
4. ஹஸனுல் முதன்னா (ரலி)
5. அப்துல்லாஹில் மஹல் (ரலி)
6. மூஸல் ஜவ்ன் (ரலி)
7. அப்துல்லாஹ் (ரலி)
8. மூஸா (ரலி)
9. தாவூது (ரலி)
10. முஹம்மது (ரலி)
11. எஹ்யஸ் ஸாஹிது (ரலி)
12. அப்துல்லாஹ் (ரலி)
13. அபூ சாலிஹ் மூஸா (ரலி)
14. முஹ்யுத்தீன் அப்துல் காதிர் (ரலி)

15. அப்துற்றஸ்ஸாக் (ரலி)
16. அபூ நஸ்ர் இமாதுத்தீன் (ரலி)
17. ஸாலிஹ் நஸ்ர் (ரலி)
18. அஹ்மத் (ரலி)
19. ளஹீருத்தீன் (ரலி)
20. எஹ்யா (ரலி)
21. ஸைஃபுத்தீன் (ரலி)
22. ளுஹூரு முஹம்மது (ரலி)
23. ஷம்ஸுத்தீன் (ரலி)
24. அலாவுத்தீன் (ரலி)
25. உத்மான் (ரலி)
26. ஸுலைமான் (ரலி)
27. அலிய் (ரலி)
28. முஹம்மது (ரலி)
29. இப்ராஹீம் (ரலி)
30. கலீல் (ரலி)
31. ஜமாலுத்தீன் (ரலி)
32. முஹம்மது (ரலி)
33. யாஸீன் மௌலானா நாயகம் (ரலி)
34. கலீல் அவ்ன் வாப்பா நாயகம் (ரலி)

உதவிய நூல்கள்

- குத்புகள் திலகம் ஜமாலிய்யா அஸ்ஸய்யித் யாஸீன் மௌலானா. முதல், இரண்டாம் மற்றும் மூன்றாம் பாகங்கள். அவ்னிய்யா பதிப்பகம், 2002, 2018
- ரிஸாலதுல் கௌதிய்யா மெய்ஞ்ஞான போதனை அல்லது இரட்சண்ணிய பிரபந்தம். ஏகத்துவ மெய்ஞ்ஞான சபை வெளியீடு, 2008
- ஹலாலும் ஹராமும். சிபா பதிப்பகம், கல்ஹின்னை, 1964.
- குத்புல் ஃபரீத் ஜமாலிய்யா அஸ்ஸையித் யாஸீன் மௌலானா ஐம்பதாம் ஆண்டு கந்தூரி விழா சிறப்பு மலர். ஏகத்துவ மெய்ஞ்ஞான சபை வெளியீடு.
- அறபு இலக்கிய வளர்ச்சி. யாஸீன் மௌலானா அவர்களின் 1961ம் ஆண்டு இலங்கை வானொலி உரை. அவ்னிய்யா பப்ளிஷர்ஸ், 2015.
- யாஸீன் நாயகத்தின் 55-ம் ஆண்டு கந்தூரி விழா சிறப்பு மலர். ஏகத்துவ மெய்ஞ்ஞான சபை வெளியீடு.
- பக்திப்பாமாலை. ஏகத்துவ மெய்ஞ்ஞான சபை வெளியீடு, 1988.
- பல ஆண்டுகளின் 'மறைஞானப்பேழை' மாத இதழ்கள்.

நீங்கள் விரும்பும் புத்தகம் உங்கள்
வீடு தேடி வர அழையுங்கள்

Dial for Books

94459 01234 / 9445 97 97 97

WhatsApp No: 95000 45609

www.dialforbooks.in

www.amazon.in

www.flipkart.com